ભાવપોષકમ્

(ગુજરાતી સાર)

: સંકલન :

નયના એન. પટેલ

Published in 2024

Becomeshakespeare.com

One Point Six Technologies Private Limited,

Unit No. 26, Ground Floor,

A1, Shram Safalya, Wadala Truck Terminal Road,

Near Post Office, Antop Hill,

Mumbai - 400037

ISBN – 978-93-5883-205-1

નયના નવિનચંદ્ર પટેલ

નયના એન. પટેલ
૨૦૨ શીતલ ફ્લેટ,
આવીચલ બાગની સામે,
દિવાળીપુરા, વડોદરા–૩૯૦૦૦૭.
ગુજરાત, ભારત
☏ : ૯૪૦ ૯૬૪ ૧૪૫૦

વ્હાલા વૈષ્ણવો,

જય શ્રીકૃષ્ણ, હું નયના એન. પટેલ, વડોદરા આ વિષય માટે સાવ અજાણ, અબુધ હતી. પણ શ્રીઠાકોરજી અને શ્રીવલ્લભ શ્રીગુંસાઈજી તથા શ્રીયમુનાજીની કૃપાથી આ માર્ગમાં આગળ વધી, પછી થોડો ઘણો પ્રયત્ન શ્રીવલ્લભકુળની આજ્ઞાથી પુસ્તક રૂપે રચવા કર્યો હતો. આમાં થોડા પુસ્તકો એવા છે કે નાના બાળકો તેમજ નવા વૈષ્ણવો કે જેમણે શરૂઆતમાં એ બી સી ડી શીખવાની હોય તેઓને એકદમ સરળ ભાષામાં અને ટૂંકમાં કંઈક સમજણ પડે એ હેતુથી પુસ્તક લખવાની શરૂઆત કરી હતી. મોટા પુસ્તકોમાં પહેલું પુસ્તક ''પુષ્ટિ રથ'' તે પુષ્ટિ માર્ગનું સંકલન સ્વરૂપે છે, તેમાં આપણા બધા નિધિ સ્વરૂપોના ચિત્રજી તેમજ કોના માથે બિરાજે છે, કયાં બિરાજે છે, ક્યારે પાટોત્સવ થયેલો વગેરે પુરી માહિતી તેમજ બેઠકજીના સરનામું વગેરે આપેલ છે, શ્રીયમુનાજીના સ્મરણ ચિંતન માટે પણ ઘણાખરા વિષય શ્રીયમુનાજીની પુસ્તક ''નિધિ દેનહારી શ્રીયમુને'' માં છે. તેમજ ''અમરવાણી'' માં સૂરદાસજી, શ્રીગુંસાઈજી અને શ્રીગોકુલનાથજીની વાણી છે. પુષ્ટિ માર્ગનું હાર્દ ''દિનતા'' માં શ્રીહરિરાય મહાપ્રભુજીના તેર ગ્રંથો ભાવાર્થ સાથે તેમજ દિનતા માટે પુરી માહિતી છે. પુસ્તકોના પૈસા હું આપણા માર્ગની સેવા માટે જેમકે ગાયની સેવા (ગૌશાળા), બેઠકજી, વ્રજ ની બેઠક, હવેલી ના નિર્માણ– નવનિર્માણ તથા પુષ્ટિમાર્ગી ઉત્સવો અને બાળકોને ભણવા ચોપડા લાવી આપવા વગેરેમાં વાપરુ છું. બસ એજ, આપ સર્વે વૈષ્ણવોને મારા ખૂબ ખૂબ ''જયશ્રી કૃષ્ણ''.

૧) પુષ્ટિરથ :

માનવ જીવનમાં સત્સંગનો મહિમા અપરંપાર છે. સત્સંગ માટે ચિત્તશુધ્ધિ અવશ્યક છે. ચિત્તશુધ્ધિ માટે ભક્તિરૂપી જળનું નિત્યસિંચન થતું રહે એ જરૂરી છે. જ્યારે જ્યારે અમો સત્સંગ માટે ભેગાં મળતાં ત્યારે આવા કોઇ પુસ્તકના અભાવે પડતી મુશ્કેલી સમજાતી માટે સંકલન કરવાની પ્રેરણા થઇ. તેમજ ઘણા વૈષ્ણવો ઇચ્છા હોવા છતાં અનુકૂળતાના અભાવે સત્સંગમાં આવી શકતા નહીં, તો તેઓ પણ પોતાના યથાયોગ્ય સમયે પ્રભુ સ્મરણ કરી શકે માટે સંકલન કરવાનું ઉચિત બન્યું. આ પુસ્તકમાં પુષ્ટિમાર્ગીય લગભગ બધા સ્તોત્ર તેમજ શ્રીમહાપ્રભુજી, શ્રીયમુનાજી તથા શ્રીજીબાવાના સ્મરણ માટે જરૂરી લગભગ ઘણા ખરા ટોપીક લેવા પ્રયાસ કર્યો છે. તેમજ શ્રી વલ્લભપ્રેમી વૈષ્ણવો જે સેવાકાર્યમાં જોડ્યા છે. તેમના માટે સેવાક્રમ પણ આપ્યો છે.

૨) અમરવાણી :

આ પુસ્તિકામાં અષ્ટછાપ–શિરોમણી મહાકવિ સૂરદાસજીની વાણી,

અનહદ કૃપા કરી તેને સૂર, હરિરસ સ્વાદ ચખાવન में
દાસભાવસોં અર્પન હૈ ચા, ગ્રંથ તિહારે ચરનન में

પરમદયાળ પ્રભુચરણ શ્રીગુંસાઇજીની વાણી,

દવાદશનિકુંજવાર્તા ચા ચૈઃ સંપાદિતાદ્ભૂતા,
વન્દે તં વૈષ્ણવાધીશ ગોસ્વામી શ્રીવિઠ્ઠલેશ્વરમ્

તેમજ માલા તિલક રક્ષક શ્રીગોકુલનાથજીની વાણી

પ્રણિતા ખટ્ઋતુવાર્તા દિવ્યાનુભવ દાયિકા ગોકુલેશ નમામિ તં
માલાતિલકમ્ રક્ષકમ્ આપવામાં આવી છે.

"હરિરસ તબહી તો જાય પૈયે"–(સૂરદાસજીની વાણી) સૂરદાસજીના પદનું ખૂબ સુંદરતાથી અદ્ભૂત વિવરણ શ્રીવલ્લભપાદપદ્મમિલિનજીએ તેમના વિવેચનમાં કર્યું છે. સાથે સર્વોત્તમજીના અચિંત્ય મહિમાનો સુંદર ફોડ પાડ્યો છે.

૩) નિધિ દેનહારી શ્રીયમુને :

જીવ શ્રીયમુનાજીના જેટલા પ્રમાણમાં ગુણગાન કરે તેટલાં શ્રીયમુનાજી તે જીવ ઉપર પ્રસન્ન થાય છે. તેમજ કૃપા કરી આપણા દોષોને દૂર કરે છે અને શ્રીઠાકોરજીને પધારવાનું મન થાય એવું આપણું હદય એક બગીચા સમાન બનાવે છે. આમ જ્યાં જ્યાં શ્રીયમુનાજીના ગુણગાન થાય છે, ત્યાં ત્યાં શ્રીઠાકોરજી અવશ્ય પધારે છ, અને ઘણી કૃપા કરે છે.

જે કૃપા કરે છે એજ ભક્તિનું દાન કરી શકે છે. આ પુસ્તકમાં શ્રીયમુનાજીના ગુણગાન, તેમજ સ્તુતિ, સ્મરણ માટે શક્ય તેટલાં ટોપીક સમાવવાનો અને વર્ણન કરવાનો પ્રયત્ન કરેલ છે. શ્રીયમુનાજીની કૃપાથી વૈષ્ણવોને ભક્તિનું દાન થાય એજ પ્રાર્થના.

૪) ષોડશગ્રંથ સાર :

આ પુસ્તિકાં નિત્ય નિયમના પાઠનું સરલ ગુજરાતીમાં સમજ આપી છે. તેમાં સોળે સોળે ગ્રંથ ઉપરાંત ''જનમવૈફલ્ય નિરૂપણાષ્ટકમ'' ''પંચશ્લોકી'' અને ''શીક્ષાશ્લોકા'' ગુજરાતી સાર રૂપે છે.

૫) રહસ્ય ભાવના :

આમાં મંદિરની ભાવનાથી માંડી સેવામાં વપરાતી બધી જ વસ્તુઓની ભાવના રાજભોગની સેવા સુધીની આપી છે. કારણ કે વૈષ્ણવોને ત્યાં ઘણું ખરૂં રાજભોગ સુધી સેવા બિરાજે છે. પૂ. બાવાશ્રીની આજ્ઞાથી આખા દિવસની રહસ્ય ભાવના લખીને તે આપને પધરાવી દીધી હતી. પ્રિન્ટ કરાવી ન હતી.

૬) પુષ્ટિમાર્ગનું હાર્દ દિનતા :

દિનતા પુષ્ટિમાર્ગનું હાર્દ છે. તે માટે આપણે પ્રયત્ન ન કરીએ તો કેમ ચાલે ? કરવોજ જોઇએ. આ કળિયુગમાં લોકોને અહં એટલી બધી જાતના હોય છે કે જે ના છૂટે તો જીવ ગર્તામાં જઇને પડે છે. અને ધર્મ–ભક્તિ માટે એની કાંઇ જ પ્રગતિ થઇ શકતી નથી. એ માટે આપણે પ્રભુનું અને ગુરૂનું અનન્ય શરણ સ્વીકારી દાસત્વ મેળવવું જોઇએ.

"શ્રી હરિરાય મહાપ્રભુ" એ શરણ અને દાસભાવ માટે ઘણા બધા ગ્રંથો લખ્યા છે. જેનું સ્મરણ ચિંતન અને મનન સમજપૂર્વક આર્ત હદયથી કરીએ તો જીવ જરૂર શરણ સ્વિકારી દાસત્વ મેળવી "દિનતા" પ્રાપ્ત કરી શકે છે. એ માટે શું કરવું તે સમજાવવા આ પુસ્તકમાં પ્રયત્ન કર્યો છે. "દિનતા" વગર જીવનો ઉધ્ધાર નથી.

૭) ભાવપોષક્રમ ગ્રંથ :

આ ગ્રંથમાં વૈષ્ણાવોનો ભક્તિમાં કેવી રીતે વધે તે માટે શ્રીહરિરાયજીએ ૧૫ શ્લોકનો ગ્રંથ લખ્યો છે. તેમાં લગભગ ૪૫ પોઇન્ટ છે. જે ગુજરાતી સરળ ભાષામાં સમજાવ્યા છે.

૮) પુષ્ટિમાર્ગીય તત્વ દર્શન :

આ પુસ્તકમાં ૧૦૪ ટોપીક શોર્ટમાં સમજાવવામાં આવ્યા છે કે પુષ્ટિમાર્ગીય વૈષ્ણાવે કેવી રીતે સમજ પૂર્વક વર્તવું જોઇએ. શું કરવું જોઇએ વગેરે સમજાવ્યું છે.

૯) પુષ્ટિ-સાર તથા શ્રી વલ્લભાખ્યાન સાર :

પુષ્ટિમાર્ગના નિતિ નિયમો, શ્રીવલ્લભકુળના વચનામૃતો તેમજ શ્રીવલ્લભ, શ્રીગુંસાઈ વગેરે દ્વારા પ્રકટ કરવામાં આવેલા પુસ્તકો તથા ગ્રંથોના નામ પણ આપવામાં આવ્યા છે.

આમાં શ્રીવલ્લભ-શ્રીગુંસાઈજીનું પ્રાગટ્ય, સ્વરૂપ, લીલા વગેરેનું વર્ણન શ્રીગોપાલદાસે કર્યું છે. ગુજરાતી સાર રૂપે છે. શ્રીવલ્લભાખ્યાન નવ છે.

એજ – નયનાના ભગવદ સ્મરણ્

નયના પટેલ અમારા જીવન નો શ્વાસ

ગુજરાતના ભાદરણ ગામમાં જશુબેન મધુભાઈ પટેલને ત્યાં લક્ષ્મી આવી. નામકરણ થયું નયના. નયના મોટી થવા લાગી. નિશાળ માં જવા લાગી સાથે સાથે જીવનમાં સંસ્કાર નું ઘડતર થયું. નીડર, અડીખમ, પરોપકારી, દયાળુ સેવાભાવી એટલે નયના.

નયનમાં સ્વપ્ના ભરી આશા ઉમંગ સાથે જીવન માં પા પા પગલી ભરતી આગળ ને આગળ વધવા લાગી નયના. અમદાવાદ ની ફાર્મસી ક્રોલેજ જે એશિયાની બેસ્ટ ક્રોલેજ ક્હેવાય તેમાં ગ્રજ્યુએશન કર્યું પણ ઈતર પ્રવૃતિ રમતગમત, ડાંસિંગ, સિંગિંગ, વાંચન, વક્રુત્વ સ્પર્ધામાં પણ એટલાજરસ ખીલવ્યો. પોસ્ટ ગ્રજ્યુએશન ક્રતા ક્રતા સહપાઠી નવીનચંદ્ર સાથે આંખ મળતાં લગ્ન ક્ર્યા. આઠ્લેથી ના અટ્ક્તા દ્રઢ નિશ્રયી નયનાએ પતિ સાથે કંધે કંધો મિલાવી નવી દુનિયા માં પદાર્પણ ક્રતા વડોદરામાં ફાર્મસી ચાલુ ક્રી. આખો દિવસ પ્રવૃતિમય રહેતા રેહતા રાજીવ, સોનલ ના નામે સંસારબાગ માં બે કુસુમ ખીલવ્યા, સંસ્ક્રનું સિંચન ક્ર્યું. કુટુંબને તો ભુલાયજ કેમ? ફરજને સંપૂર્ણ પ્રધાન્ય આપ્યું. દાદા ગોરધનભાઈ ને દાદી ક્રાંતાબેનની ખુબ સેવા ક્રી તેમના આશીર્વાદ પામ્યા.

પરિવર્તન એજજીવન

પરિવર્તન દરેક્ના જીવનમાં આવે. ક્રોસ્મોપોલિટ્રિન વાતાવરણમાં રહ્યા છતાં જીવન માં સદ્ગુણો અપનાવી સતત પ્રવૃતિશીલ નયનાએ એક તબબક્રે આત્મસંશોધન આદર્યુ. ખુબ ખુબ ધાર્મિક પુસ્તક્રે નું વાંચન શરક્ર્યું. પુષ્ટિ માર્ગ વિષે જાણક્રારી મેળવવાનો પ્રયાસ ક્ર્યો. પુષ્ટિ માર્ગ ને પૂરો સમજ્યા, આત્મસાત ક્ર્યો, તેના દરેક નિયમો, ધારાધોરણ અપનાવી જીવનમાં ઉતાર્યા.

પછી વિચાર આવ્યો કે દેરક જણ પુષ્ટિ માર્ગ સમજી શકે ને અપનાવી શકે તે માટે કંઈક પ્રયત્ન ક્રવો રહ્યો. એટ્લે અપનાવ્યો સંશોધન માર્ગ. જેનો નિચોડ ક્રો કે પરિણામ મળ્યા પુષ્ટિ માર્ગ ના આચર વિચાર નું સરળ નાનું બાળક પણ સમજે તેવું આલેખન એટ્લે વિવધતા સભર પુસ્તક્રે.

"અંતિમ શ્વાસે પણ અનેક શારીરિક ક્ર્ષ્ટે સહન ક્રી દરેક સાથે ક્ષમાયાચના ક્રી હસતા હસતા પ્રભુમય થઈ મોક્ષ માર્ગે ગમન ક્ર્યું"

રાજીવ પટેલ – સોનલ પટેલ

જય શ્રીકૃષ્ણ

॥ શ્રી કૃષ્ણ શરણં મમ ॥
શ્રી ગોપીજન વલ્લભાય નમઃ
શ્રીમદ્ આચાર્યચરણ કમલેભ્યો નમઃ
શ્રી યમુને નમઃ

ભાવપોષકમ્

(ગુજરાતી સાર)

શ્રીમદ્ વૃંદાવનેન્દુ - પ્રકાશિત રસિકાનન્દ સન્દોહ રૂપ,
સ્ફૂર્જ દ્રાસાદિ લીલામૃત જલધિભરા કાન્ત સર્વોઽપિ શાશ્વતા।

તસ્યે વાત્માનુભાવ પ્રકટન હૃદયસ્યાજ્ઞયા પ્રાદુ રાસીદ્,
ભૂમૌ યઃ સન્ મનુષ્યા-કૃતિ રતિ કરુણ સ્તં પ્રપદ્યે હુતાશમ્ ॥

શ્રી ભગવચ્ચરણારવિંદના ચિન્હો

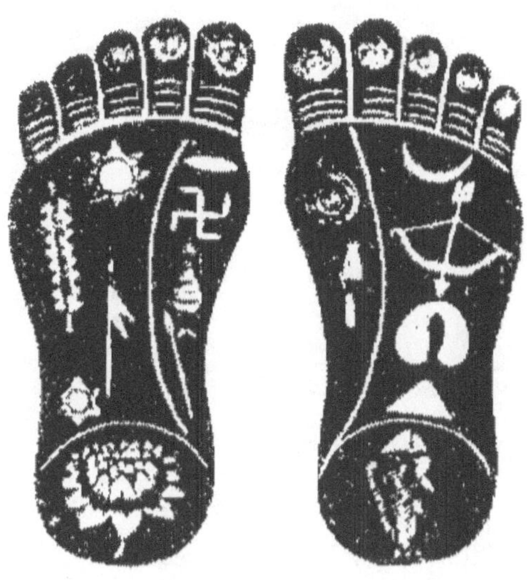

જમણુ ચરણ   **ડાબુ ચરણ**

સોળ ચિન્હ પદપંકજ, દક્ષિણે નવ, વામે સાત સ્વસ્તિક,
અષ્ટકોણ, જંબુફળ, યવ, વજ્ર, ધ્વજ, ઉર્ધ્વરેખા વિખ્યાત ખ્યાતે
અંકુશ, અંબુજ, મચ્છ, વ્યોમ, કળશ, ઈદ્રધનુને અર્ધ સોમ,
ત્રિકોણ, ગોપદ, ષટદશ, ધ્યાન, નિત્ય કરે નિર્ભયપદદાન.

સેવો શ્રી કૃષ્ણ કૃપાળ

વિષય-સૂચિ

પ્રસ્તાવના

શ્રી હરિરાયજીના ગ્રંથો ઘર્મભાવના તરફ ઢળે છે. આપશ્રી સ્પષ્ટ આજ્ઞા કરો છે. કે જો જીવનમાં ભક્તિનો ભાવ ન હોય તો જીવનમાં બળ, બુદ્ધિ અને જ્ઞાન પ્રાણ વિનાના દેહ જેવાં છે. આપશ્રી પ્રેમને -સ્નેહને જ ભાવ કહો છે. આ માર્ગ બુદ્ધિ થી ગ્રહણ કરી શકાય તેમ નથી. આ તો ભાવાત્મક માર્ગ છે. તેથી પ્રભુની કૃપા હોય તો જ માર્ગનું સ્વરૂપ સમજી શકાય તેમ છે. પુષ્ટિમાર્ગ ભગવાનના અનુગ્રહનો માર્ગ છે. તેમાં જીવના કોઈ સાઘનનું બળ કામ લાગતું નથી. સાઘન રહિત જીવ થાય અને પ્રભુ માટે ભાવ કેળવે તો જ તેને પુષ્ટિમાર્ગનું ફળ મળે. આ માર્ગમાં ભગવાન જ ફળ છે. ભગવાન જેવા ભાવાત્મક રસરૂપ છે તેવું આ માર્ગમાં સાઘન પણ ભાવાત્મક છે. એટલે પષ્ટિમાર્ગમાં સાઘન અને ફળમાં ભેદ નથી.

આ માર્ગમાં ભગવાન ભક્તોનો અંગિકાર કરે છે તે વૈષ્ણવની યોગ્યતાથી નહિ, પણ પ્રભુના વરણથી તેનો અંગિકાર થાય છે. ટૂંકમાં જ્યાં ભાવમાત્રનું પોષણ થાય તે પુષ્ટિમાર્ગ છે. શ્રીહરિરાયજી એ ભાવના પોષણ માટે "ભાવપોષકમ્" ગ્રંથ પ્રકટ કર્યો છે. તેમાં ભાવપોષણનાં છેતાલીસ સાઘન બતાવ્યા છે. આ સાઘનો કેળવવાથી વૈષ્ણવોના ભાવની વૃધ્ધિ થશે. ભાવરૂપી

નિધિ પ્રાપ્ત કર્યા પછી વૈષ્ણવને કંઈજ કરવાનું રહેશે નહિ. તો ભાવની સિદ્ધિ માટે આ ગ્રંથમાં જે સાધનો બતાવ્યાં છે તેનું વૈષ્ણવે નિત્ય આચરણ કરવું. પુષ્ટિમાર્ગમાં પ્રભુ પ્રિયતમ છે અને ભક્ત પ્રિયા છે એ ભાવ જ વૈષ્ણવે કેળવવો.આ માર્ગમાં કૃષ્ણસેવા પ્રધાન કર્તવ્ય છે.વૈષ્ણવે સતત ચિત્તથી પ્રભુની સેવામાં પરોવાયેલા રહેવું,આથી સેવા ભાવાત્મક બનશે. અને તે દ્વારા સર્વાત્મભાવ શક્ય બને છે. સર્વાત્મભાવમાં વૈષ્ણવને કેવળ પ્રભુનો જ વિચાર હોય,બીજા કશાનો નહિ,હું ભગવાનનો છું એવી ભાવના પૂરેપુરી થાય ત્યારે સર્વાત્મભાવ બને. એ સર્વાત્મભાવ જ ભક્તિનું પોષણ કરે છે.

આ જે છેતાલીસ સાધનો બતાવ્યા છે તે શ્રી હરિરાયજીએ પંદર શ્લોકમાં વર્ણવેલા છે. વૈષ્ણવોના ભક્તિભાવને પોષણ મળે એ હેતુથી શ્રી હરિરાયજી વિરંચિત "ભાવપોષકમ્" ગ્રંથને પ્રકટ કરવાની પ્રેરણા થઈ અને તે પણ સાર-રૂપમાં.આજના ઘમાલીયા જીવનામાં અને તે પણ આપણા યુવાન-ભાઈ-બહેનો -આ ગ્રંથનું થોડું પણ અધ્યયન કરે તે ખૂબ જરૂરી લાગતાં સાર રૂપે પ્રકટ કરવાની ઇચ્છા વલ્લભકૂળના આશીર્વાદ અને પ્રેરણાથી થઈ છે. અને તે ત્રણેવ નિધિ-સ્વરૂપોની કૃપાથી પાર ઉતરશે. એજ આશા.

ભુલચુક માટે વાચકોને માફ કરવા વિનંતી.

પુષ્ટિમાર્ગના પ્રચાર અને પ્રસારની સેવા કરવામાં ખૂબ જ આનંદની લાગણી અનુભવું છું.સર્વે વૈષ્ણવોને ભગવદ્ સ્મરણ.

-દાસાનું દાસી – નયનાના
"જયશ્રી કૃષ્ણ"

ભાવપોષક - ગ્રંથના શ્લોક

(અનુષ્ટુપ છંદ)

ભાવ સિદ્ધિર્ભાવતાતં સતતં સંનિધાનતઃ ।
તત્ કૃપાતસ્તદુચ્છિષ્ટભક્ષણાત્ સેવનાદપિ   ॥૧॥

તત્ કૃત્યનુ કૃતેર્નિત્યં તદ્ધાગ્વિશ્વાસતોડપિ ચ ।
તત્ ભાવભાવનાન્નૂનમવ્યાવૃત્તિપરાત્મના   ॥૨॥

હર્યાવિષ્ટોપદેશાચ્ય લોકવેદાઘનાદરાત્ ।
ધર્મિમાત્ર સમાવિષ્ટ દ્રષ્ટેર્લીલાવિચારણાત્   ॥૩॥

નિવેદનાનુસંધાનાત્ તાદ્રગ્જનસમાત્રમાત્ ।
ફૂલદૌર્લભ્ય સંસ્કૂત્યર્ાન્યત્ર તુચ્છત્વચિનાત્   ॥૪॥

અત્યાત્યર્ા દર્શનાદિનાં તથા તાપોદયાદપિ ।
તદવસ્થાભાવે વૈરાગ્યેણ ગૃહાદિષુ   ॥૫॥

શ્રીકૃષ્ણવિરહસ્ફૂર્તે ર્ભોગત્યાગાત્તદર્થકાત્ ।
શ્રીકૃષ્ણમેલનાભાવાદ્ઉદાસીનતયા સ્થિતેઃ   ॥૬॥

સેવાતઃ સર્વદા ચિત્તે તદધીનત્વભાવનાત્।
લીલાભિરેવ સર્વાભિદોષાણાં વિનિવૃત્તિઃ ॥૭॥

કૃષ્ણસેવાકૃતેઃ શ્રીમત્સ્વામિનીપરિતોષણાત્।
દાસ્યભાવનયા નિત્યં નિજદૈન્યવિભાવનાત્ ॥૮॥

નિજાચાર્યપદામ્ભોજ શ્રયાદન્યવિરાગતઃ।
તદેકપરતાબુધ્યયા દ્રઢવિશ્વાસરક્ષણાત્ ॥૯॥

સર્વદા તદ્ગુણાલાપાત્ તદીયજનાસેવનાત્।
પરમાનન્દતસ્તત્ર તદુક્તકરણાદપિ ॥૧૦॥

અતદિયપરિત્યાગાદનન્યજનસંગતઃ।
તદુત્કર્ષપરિસ્ફૂર્તેરિતરત્રાલ્પ બુદ્ધિતઃ ॥૧૧॥

એવં ભાવાચ્ય સતતં વિહિતશ્રવણાદિભિઃ।
સર્વદોષવિનિર્મુક્ત્યા ભવેદ્ ભાવોદ્ગમો હૃદિ ॥૧૨॥

તસ્મિન્ સિદ્ધે ભાગ્યવશાદન્યન્નપેક્ષ્યમેવ હિ।
પુષ્ટિમાર્ગે ભાવ એવ ફલં સર્વોત્તમં મતમ્ ॥૧૩॥

સ્વામિનીનાં સ્વરૂપેણ લીલાભિશ્ચ કૃપાનિધિઃ।
ભાવ એવ સ્વરૂપાત્મા તાદૃગ્લીલાસુસંયુતઃ ॥૧૪॥

વિહાય મથુરાં ગત્વા પૂર્વરૂપેણ વૈ હરિઃ।
સ્વયમેવાદદાત્યાપોષયત્ દૂતવાક્યતઃ ॥૧૫॥

પૂ.પા.ગો. ૧૦૮ શ્રીહરિરાયજી મહાપ્રભુ

દ્વિતિય - ગૃહાધિપતિ

પ્રાગટય: સં. ૧૬૪૭ ભાદરવા વદ-૫ શ્રીગુંસાઈજીના-દ્વિતીયલાલ શ્રી ગોવિંદરાયજી - તેમના કલ્યાણરાયજી અને એમના સુપુત્ર - શ્રીહરિરાયજી. આપશ્રી એક મહાન વિભૂતિ હતા. એમનું હૃદય શ્રીકૃષ્ણ ના પ્રેમરુપી અમૃતરસથી ભરેલું હતું. ગોપીજનોના ભાવથી તેમનો દેહ સદૈવ આર્દ્ર રહેતો. તેમના રોમ રોમમાં ભગવદ ભાવ રુપી રસ ભરેલો રહેતો. તેઓ "**શ્રીમહાપ્રભુજીના**" ના નામથી આજે પણ ઓળખાય છે.

આપનું પ્રાગટય શ્રીગુંસાઈજીએ શ્રી કલ્યાણરાયજીને આપેલા ચર્વિત તાંબુલ રુપ અઘરસુધા હોવાથી વૈષ્ણવ સંપ્રદાયોમાં સૌ કોઈ શ્રીહરિરાયજીને "**પ્રભુચરણ**" નામથી જાણે છે.

આપશ્રીને વૈષ્ણવો પ્રત્યે ઉત્કટ ભાવ હતો. વૈષ્ણવોને જાતે પાતળ ઘરતા અને આગ્રહ પૂર્વક પ્રસાદ લેવડાવતા.

સેવ્ય સ્વરુપ: દ્વિતીય-નિધિસ્વરૂપ શ્રીવિઠ્ઠલનાથજી.

રચના: ૧૬૬ જેટલાં સંસ્કૃત અને વ્રજભાષામાં ગ્રંથો, શિક્ષાપાત્રો, ભાવભાવના, લીલાભાવના, રહસ્ય-ભાવનાની રચનાઓ તેમજ

૮૪-૨૫૨ વૈષ્ણવોની વાર્તાઓમાં રહેલા ગૂઢભાવો પર ભાવ-પ્રકાશ દ્વારા પ્રકાશ પાડયો.

શિક્ષા સાગરઃ શ્રીહરિરાયજી ખિમનોરમાં સદાય બિરાજ શ્રીનાથજીના સુખનો સતત વિચાર કરતા.ભૂતલ ઉપર ૧૨૫ કે ૧૨૮ વર્ષ બિરાજયા અને વિ.સ. ૧૭૭૨ કે૧૭૭૫માં ભૂતલ પરથી તિરોહિત થયા.ખિમનોરમાં જ નિત્યલિલા પ્રવેશ કર્યો હોવો જોઇએ, કારણકે આજે પણ બેઠકજી પાસે વાવડી છે ત્યાં આપનો તુલસી કયારો(છત્રી)વિદ્યમાન છે.

શ્લોક પહેલો:

વિવરણ: વૈષ્ણવે બ્રહ્મસંબંઘ લીઘો પછી તેના હ્રદયમાં હરિગુરુની કૃપાથી ભકિતનું બીજ રોપાયું છે,તેનામાં પુષ્ટિભાવ જાગ્યો છે.હવે જો થોડો વખત પણ વૈષ્ણવ શ્રી હરિરાયજીએ બતાવેલા સાઘનથી વંચિત રહે તો તેનામાં પ્રભુ માટે જાગેલો ભાવ શિથિલ થઈ જાય.માટે ભાવની વૃદ્ધિ માટે વૈષ્ણવે સતત જાગૃત અવસ્થામાં રહેવું જોઈઍ. આ માટે શ્રીહરિરાયજી પ્રભુ નીચે પ્રમાણે ના સાઘનો બતાવે છે.

૧) સંનિધાનત:

એટલે વૈષ્ણવ બને ત્યાં સુઘી પ્રભુની સન્મુખ જ રહેવું જેમકે ગુરુની નજીક રહેવાથી મનુષ્ય દોષ કરતો અટકી જાય છે. અને સતત(ડર) ઘ્યાન રહે છે કે ગુરુ તે તરફ તેનું ઘ્યાન દોરશે. આમ દોષનો પ્રવેશ નહી થવાથી તે વ્યકિતનું ચિત શુદ્ધ અને પવિત્ર રહેશે,મનમાં સદ્ગુણો પાંગરશે અને તે દ્વારા તેનું ચારિત્ર્ય નિર્મળ થશે.

એમ પ્રભુની સમીપમાં રહેવાથી મનમાં સદ્ભાવ જાગશે,પ્રેમ જાગશે,વૈષ્ણવમાં ઉત્કૃષ્ટ ભાવ ઉત્પદ થશે.

જેમકે કિશોરીબાઇ યમુનાષ્ટકની બે પંકિતઓનો સતત પાઠ કરતા, કરતા શ્રી યમુનાજીના સાનિધ્યમાં રહેતા હતા તો શ્રીયમુનાજીએ તેમને સતત સાથ આપ્યો. એમના માટે રસોઇ જાતે બનાવી મહાપ્રસાદ લેવડાવતા. આ રીતે શ્રીયમુનાજીના સતત સાનિધ્યથી કિશોરબાઇનો રોગ પણ દૂર થઇગયો.

પ્રભુનું સાનિધ્ય આપણને મુશ્કેલીમાં પણ સહાયક બને છે. ભકત જો પ્રભુના સાનિધ્યમાં સતત રહે, તો તેને સંસારમાં ભૂલા પડવાનો સંભવ રહેતો નથી. શ્રીયમુનાજીના સાનિધ્યમાં રહેવાથી જીવને તનુનવત્વની પ્રાપ્તિ થાય છે.

પરમાનંદદાસજી એમના કિર્તનમાં ગાય છે કે, ગોપી કહે છે મારે માટે જેને જે કહેવું હોય તે છો કહે પણ શ્રીકૃષ્ણની સમીપ રહીશ તો તેમના સુંદર વદન કમળના તો દર્શન થશે. આમ ભકતે ભગવાનની સમીપ જ રહેવા પ્રયત્ન કરવો.

(૨) તત્ કૃપાતઃ

ભકતે પ્રભુની કૃપા મેળવવા સતત પ્રયત્ન કરવો જોઇએ. જેથી ભકતના ભગવદ્ભાવને પોષણ મળે. પુષ્ટિ માર્ગ અનુગ્રહ માર્ગ છે. આ માર્ગમાં પ્રભુ ભકત પર અહૈતુકી કૃપા કરે છે. પ્રભુની ઇચ્છા થાય ત્યારે જ કૃપા થાય. શ્રી હરિરાયજી આજ્ઞા કરે છે કે ભકિત માર્ગમાં કેવળ પ્રભુની કૃપા જ મોટામાં મોટું કારણ છે. ગોપીગીતમાં પ્રભુ ગોપીઓને વેણુ વગાડીને બોલાવીને પછી પાછા જવાની આજ્ઞા કરે છે, ત્યારે ગોપીજનો મક્કમ બની ઘેર પાછા નહીં જતાં ત્યાં જ રહ્યાં. ત્યારે આપણને એમ લાગે કે પ્રભુની આજ્ઞાનું ઉલ્લંઘન કર્યું. પણ પ્રભુની ગૂઢ ભાવના તો ગોપીજનો ત્યાં રહે તેવી જ હતી. તેથી "બુદ્ધિપ્રેરક શ્રીકૃષ્ણસ્તુ" એ પ્રમાણે ગોપીજનોને ત્યાંથી પાછા જવાની ઇચ્છા ન થઇ

તેજ પ્રભુની કૃપા. આમ કૃપા એ અહૈતુકી હોય છે. જીવ તે સમજી શકતો નથી. **પુષ્ટિ જીવ એટલે પ્રભુનો કૃપા પાત્ર જીવ.** પુષ્ટિ જીવોના હદયમાં શ્રીમહાપ્રભુજીએ બ્રહ્મસંબંધ દ્વારા ભક્તિનું બીજ રોપ્યું. એ બીજને પોષણ આપીને ઉછેરવાની ફરજ પ્રત્યેકવૈષ્ણવની છે. જીવના સાધનથી પ્રભુ મળતા નથી, કે નથી મળતા બુદ્ધિ કે જ્ઞાન દ્વારા કે નથી મળતા પ્રવચનનો સાંભળવાથી કે કરવાથી, પરંતુ પ્રભુ વિચાર કરી જેની પર કૃપા કરી જેનું વરણ કરે છે. કે મારે આ જીવને મળવું છે. તો તે જીવને પ્રભુ પ્રાપ્ત થાય છે. શ્રીમહાપ્રભુજીએ ક્ષત્રિકપૂર બાળક પર અહૈતુકી કૃપા કરી સાક્ષાત શ્રીનવનીતપ્રિયાજીના દર્શન કરાવ્યા કારણ કે આપશ્રી તો પરમદયાળુ છો.

પ્રભુની આગળ કાલ, કર્મ પણ કંઈ કરી શકતા નથી દા.ત. અજામિલ. અજામિલે ઘણાં ખોટા કામ કર્યા હતા. આપણે જાણીએ છીએ કે દુષ્ટકર્મનું ફળ ખરાબ મળે, પરંતુપ્રભુની કૃપા એવા જીવ પર ઉતરે તો તેનો ઉદ્ધાર થઈ જાય છે. તે જીવના કર્મ તેને નડતાં નથી. ભગવાનને અજામિલનો ઉદ્ધાર, કરાવવો હતો તો છોકરાને બહાને "નારાયણ" શબ્દનો ઉચ્ચાર કરાવ્યો અને એ શબ્દને ભગવાન પોતાનું નામ સમજ્યા તેથી વિષ્ણુદૂતો તેમને સ્વર્ગમાં લઈ ગયા અને યમદૂતોને પાછા જવું પડ્યું. ગીતામાં ભગવાન સ્વયં અર્જુનને કહે છે કે જો તું મારામાં ચિત્ત રાખીશ તો મારી કૃપાથી સર્વે મુશ્કેલીઓ તરી જઈશ.

(૩) તત્ ઉચ્છિષ્ટ ભક્ષણમ્:

જીવે પ્રભુનું પ્રસાદી અન્ન ભોજનમાં લેવું. કદાચ કોઈ કારણે વૈષ્ણવને બહારગામ જવાનું થાય અને જે તે ઘેર પ્રસાદી અન્ન ભોજનમાં મળે તેમ ન હોય તો છેવટે શ્રીઠાકોરજીને ઘરાવેલી

મિશ્રી પધરાવીને કે ચરણામૃત પધારવીને પ્રસાદી લે જેથી બધું ભોજન પ્રસાદી બની જાય. અસમર્પિત અન્ન લેવું તે પુષ્ટિમાર્ગમાં દોષ ગણાય છે. બ્રહ્મસંબંધ લીધા પછી જીવના બધા પ્રકારના દોષો દૂર થઇ જાય છે. તે દોષો ફરીથી જીવમાં ન ઉદ્ભવે તે માટે સમર્પિત અન્ન જીવે લેવું જોઇએ. અસમર્પિત ભોજન લેવાથી જીવની બુધ્ધિ ભ્રષ્ટ થવાથી જીવના કાર્યો અઘટિત બને છે. પરિણામે જીવને પ્રભુ માટે પ્રેમ થતો નથી. પ્રભુને ભોગ ઘર્યા પછી પ્રસાદી અન્ન લેવું તે અસમર્પિત ત્યાગનો સૌથી ઉત્તમ પ્રકાર છે. બાકી પ્રસાદી મિશ્રી અને ચરણામૃત પઘરાવવું એ વિકલ્પ છે. અને તે કેવળ અસમર્પિતનો દોષ દૂર કરનાર છે. પ્રભુનું એ સાક્ષાત અઘરામૃત નથી. તેમજ સમર્પિત પદાર્થોથી જ વૈષ્ણવે પોતાનો જીવન નિર્વાહ કરવો જોઇએ. એજ પુષ્ટિ માર્ગની મર્યાદા છે. તેમાં પ્રસાદી અન્નથી મન બને છે. શરીરને સાત્વિક સમર્પિત આહાર આપીશું તો મન પણ સાત્વિક બનશે. શ્રીહરિરાયજી સ્પષ્ટ આજ્ઞા કરેછે કે દુષ્ટ અન્ન ખાવાથી મન બગડે છે.

૪) સેવનાત્ અપિ:

પ્રભુની સેવા કરવાથી વૈષ્ણવના ભાવનું પોષણ થાય છે. શ્રીમહાપ્રભુજીએ "સિદ્ધાંત મુક્તાવલી" માં આજ્ઞા કરી છે. કે "કૃષ્ણસેવા સદા કાર્યા." પુષ્ટિમાર્ગીય જીવોના જીવનની સાર્થકતા સેવામાં છે. માટે પુષ્ટિ જીવે શ્રી કૃષ્ણની સેવા નિત્ય તેમજ દાસ ભાવથી કરવી જોઇએ. સેવાએ સાધનરૂપ અને ફલરૂપ છે. તનુ-નિતજા સેવા પુષ્ટિજીવ કરે ત્યાં સુધી એ સેવા સાધનરૂપ છે. એજ સેવા સાધ્ય પણ છે. સેવા પ્રેમપૂર્વક કરવી

જોઇએ. સેવા કરવાનો લ્હાવો પુષ્ટિ જીવને મળે છે તેજ ભગવદ્ સેવાનું મુખ્ય ફળ છે.

"હરિના જનતો મુક્તિ ન માગે,
માગે જનમો જનમ સેવા રે"

પુષ્ટિજીવ પોતે પ્રભુનો દાસ છે એ વાત એક ક્ષણ પણ તેણે ભૂલવી જોઇએ નહી. સેવા નાની છે કે મોટી તે વિચાર પણ તેને આવવો જોઇએ નહી.

શ્રીમહાપ્રભુજીએ સેવાનો સિઘ્ધાંત સુંદર રીતે સમજાવ્યો છે. પુષ્ટિમાર્ગ ભાવાત્મક છે. ભાવાત્મક પ્રભુને પ્રસદ કરવા વૈષ્ણવે દાસ બની પોતાના તન-મન અને ઘનથી સેવા કરવી જોઇએ. દા.ત. દાસ ભાવથી સેવા કરી કનોજના દિવાન અને નગરશેઠ દામોરદાસ સંભરવાલા એ. પોતે શ્રીઠાકોરજી માટે જળ ભરવા ગાગર ખભે લઇને કનોજના રાજમાર્ગ પરથી જતા હતા. આમ પ્રભુની પ્રસદતા માટે જે લોક લાજનો ત્યાગ કરી તનુ-વિતજા સેવા કરે તે ભકત જ પોતાના ભગવદ ભાવરૂપ નિધિનું પોષણ કરી શકે.

શ્રી હરિરાયજી આજ્ઞા કરે છે કે ચિતનો પ્રભુમાં નિરોધ કરીને એકાગ્ર ચિતે વૈષ્ણવે સેવા કરવી જોઇએ.

એ જ વાત શ્રીમહાપ્રભુજીએ "સિઘ્ધાંત મુકતાવલી" માં કહી છેકે "ચેરસ્તત્ પ્રવણં સેવા" સેવા કરતાં કરતાં મન ઠાકોરજીમાં તલ્લીન થઇ જાય તેનું નામ સેવા.એકાગ્ર ચિતે સેવા કરી રાજા આસકરણે. ચોરે તીર માર્યુ પણ તેમને દેહનું અનુસંધાન પણ નહતું. તેમની વ્યસન અવસ્થા સિદ્ધ થઇ હતી. દેહધર્મોએ બાધા ન કરી.સેવા પૂરી કર્યા પછી જ ખ્યાલ આવ્યો કે તેમને કંઇક વાગ્યું છે.

વૈષ્ણવે પ્રભુની સેવા એકાગ્ર ચિતે કરવી. મનને ભટકવા દેવું નહી, સેવા ભાવપૂર્વક કરવી. પધરાવેલ સ્વરૂપ મૂર્તિ નથી,પરંતુ સાક્ષાતપૂર્ણ પુરુષોતમ છે. એમ માનીને પોતાનો ભાવ નિરંતર દઢ રહે એ રીતે સેવા કરવી.સેવામાં પ્રભુ માટે શંકા-કુશંકા પણ ન કરવી તેનાથી ભાવભંગ થાય છે. અવ્યાવૃત થઇને સેવા કરવી. વૃત્તિ(આજીવિકા) ની જરૂર હોય તો મન પ્રભુમાં રાખી વૃતિ કરવી. વૈષ્ણવે સેવા કરતી વખતે કેવળ પ્રભુના સુખનો જ વિચાર કરવો. વૈષ્ણવ જો નિશ્રિંત થશે, તો તેના મનનો નિરોધ થવો અશકય બનશે,વૈષ્ણવે તો પ્રેમથી જ શ્રી ઠાકોરજીની સેવા સામગ્રી કરવાં, ગોવિંદ સ્વામી કહે છે.

"પ્રિતમ પ્રીતિ હી તે પૈયે"

વૈષ્ણવની પ્રત્યેક ઇન્દ્રિય શ્રીઠાકોરજીની સેવામાં સતત ગૂંથાયેલી રહે તો જ સેવા સિધ્ધ થશે. અને તેમાંજ વૈષ્ણવના જીવનની સાર્થકતા છે. આમ,ભાવથી કરેલી સેવાથી જ પ્રભુ પ્રસન્ન થશે.

શ્લોક બીજો:

(૫) તત્ કૃતિ:અનુકૃતે:નિત્યમ્:

શ્રી હરિરાયજી આજ્ઞા કરે છે કે વૈષ્ણવે નિત્ય પ્રભુની કૃતિને આધીન રહીને આચારણ કરવું જોઇએ.પ્રભુની કૃતિ એટલે જીવ માટે પ્રભુ જે ક્રિયા કરે તે પ્રભુની કૃતિ ગણાય. પ્રભુ પોતાના માટે જે ક્રિયા કરે તે લીલા કહેવાય. જીવ જયારે પ્રભુનો બને છે ત્યારે જીવ માટે સારું શું અને નરસું શું તે જીવે વિચારવું પડતું નથી. તેણે તો પ્રભુ જે કાર્ય કરવા પ્રેરણા કરે તે પ્રમાણે જે તે પરિસ્થિતિને આધીન રહી પ્રભુ પ્રસન્ન થાય તેમ વર્તવાનું છે-આચરણ કરવાનું છે. તે આચરણ પણ સંતોષપૂર્વક અને આનંદથી કરવાનું છે. જેમકે કુંભનદાસ શ્રીઠાકોરજીના અતરંગ સેવક અને અન્નય ભકત હોવા છતાં,પ્રભુની ઇચ્છા તેમને અકિંચન રાખવાની હતી. પ્રભુની આ કૃતિને આધીન રહી કુંભનદાસ પૂર્ણ સંતોષ અને આંનદથી સેવા સ્મરણ અને કિર્તન કરતા.આવી પરિસ્થિતિમાં પણ તેઓ એટલી દિવ્યતાથી જીવતા કે રાજા માનસિંહને પણ તેઓએ કહી દિધું કે -"આજ પછી તમે મને મળવા આવશો નહીજા.તેઓ તો પ્રભની સ્મૃતિમાં મસ્ત રહેતા,આનું નામ પ્રભની કૃતિને આધીન રહી

આચરણ કર્યું કહેવાય. આવું આચરણ વૈષ્ણવને પ્રભુમાં સ્નેહ કરાવે છે, તેના ભગવદ્ભાવને પોષણ આપે છે અને ભગવદ્ ભાર્યને દ્રઢ કરાવે છે. પરિક્ષિત રાજા ભગવદ્ ભકત હતા. તેમનું બ્રહ્માસ્ત્રથી ગર્ભમાં રક્ષણ કર્યું હતું. પણ જયારે શમિક ઋષિના પુત્રે શાપ આપ્યો કે સર્પદંશથી રાજાનું મૃત્યુ થશે ત્યારે રક્ષણ નહિ કરતાં, મોક્ષ અપાવવા ગંગાકિનારે શ્રીમદ્ભાગવતજીનું શ્રવણ કરાવ્યું, એ બેઉ પ્રભુની જ કૃતિ છે. પરિક્ષિતને સર્પદંશનો સ્વીકાર પણ કરી લીધો અર્થાત તેમણે પ્રભુની કૃતિને સ્વીકારી લીધી. આમ પ્રભુ તો પોતાની તમામ કૃતિઓ વૈષ્ણવોના કલ્યાણ માટે જ કરે છે. જે ભગવદીયો હોય તે પ્રભુની કૃતિથી કદી અસંતોષ માનતા નથી પણ પ્રભુ ની કૃતિને આધીન થઈ આનંદ થી જીવે છે. અને ઘડી પણ પ્રભુને વિસરતા નથી.

શ્રીમહાપ્રભુજીએ "વિવેક ધૈર્યાશ્રય ગ્રંથમાં" આજ્ઞા કરી છે કે, "**વિવેકસ્તુ હરિઃસર્વ નિજેચ્છાતઃ કરિષ્યતિ**", પ્રભુને જે કરવું હોય તે પોતાની ઈચ્છા પ્રમાણે કરે છે. તે પણ કેવળ જીવના કલ્યાણ માટે કરે છે. પછી જીવ ભલેને ધર્મ રહિત કે સર્વ ધર્મ સહિત હોય, હિન જાતિનો હોય કે ઉત્તમ જાતિનો હોય, પણ પ્રભુની ઈચ્છા તેનું કલ્યાણ કરવાની હોય તો પ્રભુ પોતાના પ્રમેય બળથી બધું જ સારુ કરે છે. અલીખાન અને તેમની પુત્રીને પ્રભુએ ફલદાન કરવાની ઈચ્છા કરી તો બુધ્ધિ પ્રેરક શ્રીકૃષ્ણે તેમને શ્રીગુંસાઈજીને શરણે લાવવા ચાચા હરિવંશજીને આજ્ઞા કરી અને તેઓ શ્રીગુંસાઈજીને શરણે આવ્યાં. મલેચ્છ હોવા છતાં પુષ્ટિમાં અંગીકાર થયો. આ પણ પ્રભુની કૃતિ.

વૈષ્ણવે પ્રભુની કૃતિને આધીન થઈ જીવવું - જેમકે ; "જે ગમે જગતગુરુ દેવ જગદીશને તે તણો ખરખરો ફોક કરવો." "ચિત્ત તું શીદને ચિંતા ધરે, કૃષ્ણને કરવું હોય તે કરે. ધણીનો ધાર્યો મનસુબો હર બ્રહ્માથી નવ ફરે, " -કૃષ્ણને...

આમ જીવે પ્રભુની કૃતિને આધીન થઈને જીવવું. તેમાં જીવને ખૂબ જ આનંદ આવશે.

"પ્રભુ જે કરે તે ભલું જ કરશે"

જગતમાં બધું પ્રભુની ઈચ્છાથી જ થાય છે. આપણે તેમાં ડહાપણ ડહોળવાની જરૂર નથી. એનો અર્થ એવો નથી કે જીવે હાથપગ જોડી બેસી રહેવું. એના માટે તો કહ્યું છે કે,

ઉધમેન હિ સિધ્યન્તિ કાર્યાણિ ન મનોરથૈ: ।
નહિ સુપ્તસ્ય સિંહસ્ય મુખે પ્રવશન્તિ મૃગા: ।

શ્રીહરિરાયજી આજ્ઞા કરે છે કે જીવે પ્રભુની ઈચ્છાને માન આપી પોતાની શકિત પ્રમાણે કાર્ય તો કરે જ જવું. જો જીવ એમ કરશેતો પ્રભુ તેની બધી ઈચ્છાઓ સિદ્ધ કરી આપશે. શ્રીકૃષ્ણે ગીતામાં સ્પષ્ટ આજ્ઞા કરી છે કે જે ભકત મારું ચિંતન કરે છે, મને જાણવા પ્રયત્ન કરે છે અને મારામાં જ નિરંતર મનથી લાગેલા રહે છે. તેમનું યોગાક્ષેમ (કાર્યો) હું નિરંતર વહન (સિધ્ધ) કરું છું. એટલે વૈષ્ણવે એક જ સિધ્ધાંત ધ્યાનમાં રાખવો કે "રામ રાખે તેમ રહેવું. "પ્રભુ જે સ્થિતિમાં મૂકે તે સ્થિતિ વૈષ્ણવે આનંદ પૂર્વક સ્વીકારી લઈ સદા રાજી રાજી હદયમાં રહેવું. એનો અર્થ એવો નથી કે જીવે હાથ પગ જોડી બેસી રહેવું. પણ શ્રીહરિરાયજી આજ્ઞા કરે છે કે તારા હાથમાં જેટલું બળ હોય તેટલા બળથી તું પુરુષાર્થ કર. તારા હાથમાં પુરુષાર્થ છે. પ્રભુના હાથમાં ફળ આપવાનું છે.આમ શ્રીહરિરાયજીની આજ્ઞા પ્રમાણે પ્રભુની કૃતિને આધીન થઈ જે વૈષ્ણવ (જીવ) સેવા, સ્મરણ અને સત્સંગ કરશે એના ભગવદ્ ભાવનું પોષણ થશે.

(ૐ) તત્ વાફ્ વિશ્વાસ: અપિ ચ:

વૈષ્ણવે ભગવાનની વાણીમાં વિશ્વાસ રાખવો. વેદો, ગીતા એ ભગવાનની વાણી છે. શાસ્ત્રોમાં જે કહેવામાં આવ્યું હોય તે પણ ભગવાનની વાણી છે. આમ વેદો, શાસ્ત્રો વૈષ્ણવને જીવન જીવવા જે આજ્ઞા કરે તેમાં પરિપૂર્ણ વિશ્વાસ મૂકી તે અનુસાર વૈષ્ણવે જીવન જીવવું જોઈએ. ભગવાનની તે વાણી ભગવાનની આજ્ઞા છે. અને તે પ્રમાણે આચરણ કરવાથી વૈષ્ણવ ના ભગવદ્ ભાવનું પોષણ થશે. ભગવાનની વાણી પરાવાણી છે.

ભગવાને પોતાના આનંદ માટે વિશ્વની રચના કરી છે.એટલે તેઓ જે આજ્ઞા કરે તે વિશ્વના-જીવનના કલ્યાણ માટે જ કરે છે. ગીતામાં ભગવાન જે જે વાતો કરે છે તે અર્જુનના કલ્યાણ માટે જ કહે છે. ભગવાન,અર્જુનને કહે છે"તું મારો ભક્ત થઈ જા,કેવળ મારીસાથે સંબંધ જોડ,જા. આમ કહેવાનો હેતું એ છે કે આવું કરવાથી અર્જુન પ્રભુમય બની જાય અને પ્રભુ જે કંઈ તેને કહે તે તેનું કલ્યાણ કરનારું માનીને તે કરવામાં તેની પ્રીતિ રહે.ભગવાનની ઇચ્છામાં પોતાની ઇચ્છા ભેળવી દે છે આને પરિણામે અર્જુનને સંસારની સુવિધાઓ અને સન્માનની ગંધમાત્ર મનમાં રહેતી નથી.અકબર બાદશાહે જયારે કુંભનદાસને પોતાની પાસે બોલાવ્યા અને કીર્તન ગાવા કહ્યુ તો કુંભનદાસે જે પદ ગાયું તે સાંભળી બાદશાહને ઘણું દુ:ખ થયું એમને થયું કે,આવા ભગતને મારી પાસેથી કાંઈ જ લેવાની લાલસા નથી.તેથી મારી ખુશામત શા માટે કરે? એમને તો પ્રભુથી જ કામ છે. ગીતામાં પ્રભુએ અર્જુનને પોતાની સાથે મન જોડવાની શિખામણ આપી હતી તે કુંભનદાસે સાર્થક કરી બતાવી હતી. પ્રભુની આજ્ઞા પ્રમાણે જ તેઓ જીવ્યા હતા. જેથી તેમને શ્રીઠાકોરજી સાથે

અનન્ય પ્રેમ બંધાયો હતો. માટે ભગવાનની વાણીમાં વૈષ્ણવે વિશ્વાસ રાખવો. પ્રભુ તો અંતર્યામી છે. વૈષ્ણવના મનના ભાવ ભગવાન સારી રીતે જાણે છે. પ્રભુ સમજે છે કે આ વૈષ્ણવને મારી વાણીમાં વિશ્વાસ છે. તેથી તેણે અમુક કર્મ કર્યુ છે. ભલે તે કાર્યમાં પ્રત્યક્ષમાં નિષ્ફળતા દેખાતી હોય પણ અંતે તેને કલ્યાણ કરનારી લાગશે.

શ્રીમદ્ ભાગવત્માં ઉદ્ઘવજી માને છે કે, **"ભગવાનની વાણી જ શાસ્ત્ર છે."** એટેલે શાસ્ત્રોના વચનોમાં વિશ્વાસ રાખી, શાસ્ત્રોની આજ્ઞા પ્રમાણે જે વૈષ્ણવ આચરણ કરે છે તેના પર પ્રભુ કૃપા ઉતારે છે. તેજ વૈષ્ણવ સાચો ભગવદ્ સેવાનો અધિકારી છે.

કનૈયાએ નંદબાબાને ઇન્દ્રયાગ બંધ કરી ગોવર્ધનયાગ કરવાનું કહ્યુ તે બધાએ સ્વીકારી લીધું. આ કનૈયાની વાણીનો ઐશ્વર્ય ગુણ છે. વ્રજવાસીઓએ ભગવાનની વાણીમાં વિશ્વાસ મૂક્યો તો તેમના પર આવી પડેલી આપત્તિમાંથી(ઇન્દ્રની અતિવૃષ્ટિની)સ્વયં શ્રીકૃષ્ણે જ તેમનું રક્ષણ કર્યુ.

શ્રી હરિરાયજી આજ્ઞા કરે છે કે ભાવના પોષણ માટે વૈષ્ણવે ભગવાનની વાણીમાં દ્રઢ વિશ્વાસ કરવો. પ્રભુ પરનો વૈષ્ણવનો વિશ્વાસ તેનો શ્વાસ બની જવો જોઇએ. જો વૈષ્ણવ પ્રભુની વાણીરૂપ શાસ્ત્ર વચનોમાં, શ્રીમહાપ્રભુજી, ગુંસાઇજી અને ગોસ્વામિ આચાર્યશ્રીઓના વચનામૃતોમાં વિશ્વાસ રાખી તે પ્રમાણે આચરણ કરે તો તેનું કલ્યાણ થઇ જાય.

પ્રભુની વાણીમાં અદ્ભુત સામર્થ્ય છે, અનંત શક્તિ છે. પ્રભુની વાણી તો દિવ્ય અને દૈવી છે. પ્રભુની વાણી તો પરાવાણી છે. તેમાં સંપૂર્ણ વિશ્વાસ વૈષ્ણવ રાખે તો તેના ભગવદ્ ભાવને પોષણ મળે તેમજ ભક્તિમાં ભાવ વધે.

(૭) તદ્ ભાવનાત્:

પ્રભુ પ્રત્યેના ભાવનું ભાવન કરવાથી વૈષ્ણવના ભગવદ્ ભાવનું પોષણ થશે. ભાવનું ભાવન કેમ કરવું તે સમજતાં પહેલાં ભાવ એટલે શું તે આપણે સમજવા પ્રયત્ન કરીએ.

પુષ્ટિમાર્ગ ભાવાત્મક છે. પુષ્ટિમાર્ગમાં હ્દયનો ભાવ એજ પ્રભુની અનુભૂતિનું મુખ્ય સાધન છે. આપણે રોજ સેવા કરીએ છીએ. સેવાના અનોસરમાં શ્રીઠાકોરજીના ગુણગાન ગાઈએ છીએ. કથા શ્રવણ કરીએ છીએ. પ્રભુના સ્વરૂપનો વિચાર કરીએ છીએ. આમ કરવાથી ધીમે ધીમે આપણને પ્રભુના સ્વરૂપ પર પ્રેમ થવા લાગશે. પછી તો પ્રભુનું સ્વરૂપ જોયા વિના આપણને ચેન નહિ પડે. આનો અર્થ એ થયો કે આપણને પ્રભુ પર "ભાવ" થયો છે. પ્રભુ આપણને ગમવા માંડ્યા છે. ભાવતા થયા છે. આમ પ્રભુ પ્રત્યેની આપણી પ્રીતિ, પ્રભુ પ્રત્યેનો આપણો નિષ્કામ પ્રેમ એટલે અલૌકિક ભાવ. આવો પ્રભુ પ્રત્યેનો અલૌકિક ભાવ વૈષ્ણના હદયમાં પ્રગટે ત્યારે વૈષ્ણવને પોતાના સ્વરૂપનું ભાન થાય કે, "હું તો પ્રભુ આગળ કોઈ વિસાતમાં નથી." મારામાં કોઈ શક્તિ નથી. પરંતુ હું જે કાંઈ કરી રહ્યો છું. તે તો પ્રભુની શક્તિનું સામર્થ્ય છે. બાકી હું તો પ્રભુ જેમ નચાવે છે તેમ નાચું છું. વૈષ્ણવ જ્યારે નિરંતર આવું વિચાર તો રહે ત્યારે તેનામાં નિ:સાધન ભાવ જાગે છે. નિ:સાધન ભાવ એટલે આપણે જે કંઈ પ્રભુ માટે કરી રહ્યા છીએ તે એકદમ તુચ્છ છે તેની કાંઈ જ વિસાત નથી - પ્રભુનું છે ને પ્રભુને અર્પણ કરીએ છીએ. આપણું કાંઈ જ નથી. તેનું નામ નિ:સાધનતા (નિ:સાધનભાવ).

લૌકિક સંપત્તિને ને ભાવને કાંઈ જ સંબંધ નથી. ભાવનો સંબંધ તો પ્રભુ પ્રત્યેના સ્નેહમાં છે. વૈષ્ણવ પ્રભુને કહે છે કે

"હે પ્રભુ! આપ જ મારું સર્વસ્વ છો. આપની પ્રસન્નતા જ મારું જીવન છે." જો વૈષ્ણવના હૃદયમાં આવા ભાવનું ભાવન થતું હોય તો તે નિધિરૂપ ભાવ છે. તે જ સાચો ખજાનો છે, તિજોરી છે, મહાન નિધિ છે. વારંવાર ભાવનું ભાવન કરવું. શ્રીમહાપ્રભુજી આજ્ઞા કરે છે કે ભાવ હશે તો જ ભાવ સિદ્ધ થશે, જેમકે, એક જ્યોત બીજી જ્યોત પ્રગટાવે છે. ભાવની વૃદ્ધિ માટે ભક્તિવર્ધિનીમાં શ્રી મહાપ્રભુ આજ્ઞા કરે છે કે, પુષ્ટિમાર્ગમાં ખેડ કરવી એટલે લૌકિક વિષયોનો ત્યાગ કરવો, ખાતર નાખવું એટલે વૈષ્ણવોએ ભેગા મળી પ્રભુના ગુણાનુવાદનું શ્રવણ કરવું અને વૈષ્ણવે જે શ્રવણ કર્યું હોય તેનું જ કીર્તન કરવું. (વારંવાર સ્મરણ-યાદ કરવું) એ સિંચન થયુ કહેવાય. પરિણામે વૈષ્ણવનો ભગવદ્ ભાવ પ્રેમરૂપે અંકુરિત થશે. પછી વૈષ્ણવે સેવા દ્વારા પ્રેમનું સંવર્ધન કરવું. આમ સંવર્ધન, પોષણ અને રક્ષણ કરતાં કરતાં તેને આસક્તિરૂપી પુષ્પ અને વ્યસનરૂપી ફળની પ્રાપ્તિ થશે. આમ ભક્તિભાવનું પોષણ નિષ્ઠાપૂર્વક કરવું. તેમાં જરા પણ બેદરકાર ન રહેવું તો જ ભાવનિધિનું રક્ષણ થશે. નહી તો ભાવનિધિને લૂંટાઇ જતા વાર નહીં લાગે. ભક્ત દયારામભાઇ લખે છે કે "નિશ્ચયના મહેલમાં વસે મારો વ્હાલમો, વસે વ્રજ લાડલો રે."

જેની બુદ્ધિમાં મક્કમતા છે તેજ વૈષ્ણવના હૃદયમાં શ્રીઠાકોરજી વાસ કરીને રહે છે. ગીતામાં ભગવાને કહ્યું છે કે 'જો વૈષ્ણવને બુદ્ધિ સ્થિર કરવી હો' તો તેણે દ્રઢતા કેળવવી પડશે અને એજ દ્રઢતાથી (વડે) પ્રભુ માટેના ભાવનું પોષણ કરી શકશે.

ભાવ એટલે પ્રમભાવ (સ્નેહ). પુષ્ટિમાર્ગમાં ભગવાનમાં સ્નેહ તેને ભાવ કહે છે. વૈષ્ણવનો પ્રભુ સિવાય અન્યમાં રાગ

ઓછો થઇ જાય અને ભગવાનમાં ભાવ દૃઢ થાય ત્યારે તેની બુદ્ધિ નિશ્ચયાત્મક બની છે એમ કહેવાય. અને બુધ્ધિ સ્થિર થાય એટલે સમજવું કે, પ્રભુ તેના હદયમાં આવીને બિરાજી ગયા છે. અને ભક્તે હદયમાં પધારેલા પ્રભુને વિનંતી કરવી કે હે, પ્રભુ!આપ મારા હૃદયરુપી નીકુંજમા નીકુંજમાં પધાર્યા છો તો હવે કયાયં નહી જતા અહિ જ રોકાઇ જાવ. આપ જેમ કહેશો તે પ્રમાણે આપની નિઃસંકોચ પણે બધી જ જાતની સેવા કરીશ. આમ પ્રભુ ભક્તનો ભાવ જોઇ થોડા દિવસ નહી પણ કાયમ માટે બિરાજી જાય છે. પરીણામે ભકતના હદયમાં પ્રભુભાવ દિનપ્રતિદિન વધતો જ જશે અને ઘીમે ઘીમે તે એટલો દ્રઢ બની જશે કે કદી ડગશે નહી. આવો ભાવ થતાં વૈષ્ણવ શ્રીઠાકોરજી સાથે વાતો કરશે. પ્રભુ એની પાસે માગી માગીને આરોગશે.

શ્રીહરિરાયજી ભાવનાના ત્રણ પ્રકાર બતાવે છે. (૧) સ્વરૂપ ભાવના,(૨) ભાવ ભાવના,અને (૩) લીલા ભાવના વૈષ્ણવે ભાવનું ભાવન પણ આ ત્રણ પ્રકારે કરવું. ભાવના સત્ય વસ્તુની કરાય. સત્ય વસ્તુનો વિચાર એટલે ભાવના. ભાવના કદી અસત્ય ન હોય એટલે ભગવાને કરેલી લીલાની જ ભાવના કરવી.

સ્વરૂપભાવના માં આપણે ત્યાં જે સ્વરૂપ બિરાજતું હોય તેણે કઇ કઇ લીલાઓ કરેલી તેનું ભાવન કરવું

ભાવ ભાવના માં -ભાવની સિધ્ધિ ભાવ દ્વારા જ થશે એટલે કે ભાવનું ભાવન કરવું. અને લીલાભાવના -લાલા એ જે કંઇ લીલા કરી હોય તેની શું ભાવના છે. તે લીલા શા માટે જે કંઇ લીલા કરી હોય તેની શું ભાવના છે. તે લીલા શા માટે કરી વગેરે વિચારવું . જેમકે ચિરહરણ લીલા તેમાં વસ્ત્ર હરણ કરી પોતે સ્ત્રીભાવ મેળવ્યો અને પાછા આપ્યા તેમાં પુંભાવ આપ્યો.

આમ પોતે એક જ ઘારો આનંદ લેવામાં પ્રભુ નથી માનતા, એક જ પ્રકારનો ભાવ કંટાળો આપે. માટે ભગવાન ભકતો ને કોઇ વખત બાલભાવનુ,કોઇ વખત માઘુર્યભાવનું કોઇ વખત સખ્ય ભાવનું દાન કરી ભકતના ભાવનું પોષણ કરે છે.

(૮) નૂનમ્ અવ્યાવૃત્તિપરાત્મના:

પ્રભુ પરાયણ જીવન ગાળવા અવ્યાવૃત્તિ આવશ્યક છે. વૈષ્ણવે આજીવિકા માટે શકય હોય ત્યાં સુધી પોતે પ્રયત્ન ન કરવો. અવ્યાવૃતિ અસાધારણ સાધન છે. એટલે પ્રભુપરાયણ બનેલા જીવને માટે જ અવ્યાવૃત્તિનું નિરૂપણ છે. જે વૈષ્ણવને પ્રભુ જ સર્વસ્વ છે તેના માટેનું આ સાધન છે. પુષ્ટિ પ્રભુ માટે કહેવાય છે કે ભૂખે મારું, ભોંય સુવાડું, તનની પાડું છાલ,પછી કરીશ ન્યાલ. અવ્યાવૃત થઈ પ્રભુ પરાયણ બનવું બહું જ કઠણ છે.વૈષ્ણવ જયારે પ્રભુપરાયણ બને છે. ત્યારે તે સર્વનો ત્યાગ કરે છે. પણ તેણે ત્યાગ કર્યો છે એવું એને જરાય લાગતું નથી. પ્રભુપરાયણ જીવ વ્યાવૃતિનો ત્યાગ આવેશમાં આવીને કરતો નથી પણ બુદ્ધિપૂર્વક અવ્યાવૃત બને છે. અવ્યાવૃત્ત થનારને સહન કરવું પડે છે. શ્રીમહાપ્રભુજીએ ભક્તિવર્ધિની ગ્રંથમાં પણ ભક્તિની વૃદ્ધિ માટે અવ્યાવૃત રહેવાની આજ્ઞા કરી છે. નરસિંહ મહેતા, પદ્મનાભદાસ, ગદાધરદાસ, ગજજન ઘાવન વગેરે ભક્તોએ અવ્યાવૃત થઈને સેવા કરી તેમને ઘણું સહન કરવું પડ્યું છે. ગદાધરદાસ બધા સમાના ભોગમાં કેવળ જળની લોટી જ ઘરી શકયા અને પદ્મનાભદાસ પાસે સામગ્રીમાં કશું જ નહિ તો ભોગમાં કેવળ છોલા જ ઘરતા.

સહન કરવાની શક્તિવાળો વૈષ્ણવ જ અવ્યાવૃત રહી સેવા કરી શકે. છતાં મન ઉપર તેની તલમાત્ર પણ અસર ન થાય. કેવી પ્રભુપરાયણતા ! વૈષ્ણવ- ધર્મોમાં તિતિક્ષા (સહન કરવાની શક્તિ) ને પ્રાધાન્ય આપવામાં આવેલું છે. અતિશય સહન કરે તે જ સાચો વૈષ્ણવ. પ્રભુ તેના ભાવનું ખુબ જ પોષણ કરે છે.

અહીં થોડો વિચાર કરીએ કે આજીવિકા છોડીને પ્રભુપરાયણ રહેવું નવ્વાણું ટકા અશક્ય છે. ત્યાં શ્રીમહાપ્રભુજી અવ્યાવૃતિનો ભાવ સમજાવે છે. અવ્યાવૃતિ ભાવથી કરવી એટલે વૈષ્ણવ જે વ્યાવૃતિ કરતો હોય તે કરે, પણ તે કરતી વખતે મન પ્રભુમાં રાખે. તેમજ વ્યાવૃતિ કરતી વખતે સેવામાં પ્રતિકૂળતા ઊભી કરતાં હોય તેવા તત્ત્વોનો ત્યાગ કરવો અને ધન સંચિત કરવાની વૃતિથી વ્યાવૃતિ ન કરવી. પરંતુ સેવામાં સગવડ રહે એ ભાવથી જરૂર પૂરતો જ ઉધમ કરવો. આમ અવ્યાવૃતિનો અર્થ વૈષ્ણવે એવો સમજવો કે લૌકિક-વૈદિક પ્રવૃત્તિઓ અનાસક્ત ભાવથી અને ધનનો સંચય નહી કરવાના ભાવથી કરવી. ભગવત્ સેવા મન, બુદ્ધિ અને ચિત્તને પ્રભુમાં અકાગ્ર કરીને કરવી. પ્રભુ ભક્તની કસોટી કરવા અકિંચન પણુ આપે છે, કે ભક્ત અકિંચન પણામાં પ્રભુ પ્રત્યે ભાવ રાખી શકે છે કે નહિ. પ્રભુ તો કેવળ ભાવના જ ભૂખ્યા છે. અવ્યાવૃત્તિનો અર્થ આવરણ વગર એટલે કે સેવામાં નડતા આવરણોથી દૂર રહીને ભગવત્ સેવા કરવી. થોડી વ્યાવૃત્તિ કરવાથી સેવામાં પણ સગવડતા રહે છે. વ્યાવૃત્તિ કરતાં કરતાં પણ મન પ્રભુમાં રાખવું અને તે માટે સભાનપણે ધીરજથી પ્રયત્ન કરવો જેથી ટેવ પડી જતાં પછી સહજ રીતે જ સ્મરણ થયા કરશે.

શ્લોક ત્રીજો:

(૯) હર્યાવિષ્ટોપદેશાત્:
(હરી + આવિષ્ટ + ઉપદેશાત)

જે ભગવદિયોમાં હરિનો આવેશ રહેતો હોય તેઓનો ઉપદેશ સાંભળવાથી વૈષ્ણવના ભાવને પોષણ મળે છે. (ભગવાન=ભગ=છ=વાન=વાળા) ભગવાનમાં ઐશ્વર્ય, વીર્ય, યશ શ્રી, જ્ઞાન અને વૈરાગ્ય એ છ ગુણ છે તેવી રીતે જે ભકતમાં પણ આ છ ગુણો હોય છે તે ભગવદીય છે.

પષ્ટિમાર્ગમાં ભગવદીયને ભગવાનની બરાબર ગણ્યા છે. ભગવાન પોતાની શક્તિ ભકતને આપી ભગવદીય બનાવે છે. દા.ત. પ્રભુદાસ જલોટા-તેમણે ભરવાડણને દહીંનાં બદલામાં મુક્તિ આપી હતી. આ વાત એમ સિદ્ધ કરે છે, કે મુક્તિ આપવાની શક્તિ જેમ ભગવાનમાં છે તેમ તેમના કૃપાપાત્ર ભગવદીયમાં પણ હોય છે. પ્રભુદાસ જલોટામાં પ્રભુનું સામર્થ્ય હતું. આથી સિદ્ધ થાય છે કે ભગવદીય ભગવાનની બરાબર જ છે. ભગવદીયોમાં હંમેશા ભગવદ્ આવેશ જ ભરેલો હોય છે. ભગવદીયો હંમેશા ભગવદ્ નામમાં જ મગ્ન રહેલા હોવાથી સર્વ

વસ્તુ તેમને પ્રભુમય જ દેખાય છે. વૈષ્ણવે હરિરસથી છલકાતા રહેતા ભગવદીયના સંગમાં સદાય રહેવું અને ભગવદ્ વાર્તા, ભગવદ્ ઉપદેશ એમના મુખેથી સાંભળવાં, જેથી તેમના પ્રભુ પ્રત્યેના ભાવમાં વૃદ્ધિ થશે.

સૂરદાસજી કહે છે કે ભગવદીય જયારે વૈષ્ણવના ઘેર આવે ત્યારે કરોડો તીર્થમાં સ્નાન કર્યા જેટલું ફળ વૈષ્ણવને મળે છે. કારણે કે તેઓનું પ્રફુલ્લિત વદન હોય છે, રાત-દિવસ તેઓનું ચિત્ત પ્રભુચરણમાં લાગેલું હોય છે અને રાત-દિવસ તેઓ મન-વચન અને કર્મથી પ્રભુનું સ્મરણ જ કરે છે અને અન્યને કરાવે છે, પ્રભુના નિત્ય ગુણગાન કરે છે. માટે ભગવદીયો ના સંગમાં રહી ઉપદેશ શ્રવણ કરવાથી વૈષ્ણવના ભાવનું પોષણ થશે.

શ્રી હરિરાયજી ભગવદીયોનું મહાત્મ્ય બતાવતા કહે છે કે ભગવદીયોના મુખેથી ઉપદેશ ગ્રહણ કરવો. કારણ કે પ્રભુની વાતો સમજવા માટે એક તો પ્રભુની કૃપાની જરૂર છે. અને ભગવદીયોની કૃપા વિનાની અન્ય જીવના મુખેથી જે વાણી સાંભળવા મળે તે હૃદયારૂઢ થતી નથી. સાંભળેલી ભગવદ્‌વાણી પણ ભગવદીયની અને ભગવાનની કૃપા થાય તો જ હૃદયમાં સચવાઈ રહે છે. જેમકે અલીખાન ને પીરજાદી પર શ્રીગુંસાઇજીની કૃપા હતી તેથી તેમને બધા જ પ્રસંગો હૃદયારૂઢ થઈ જતા.

વૈષ્ણવોએ ભગવદીઓની સાથે મળીને ભગવાન શ્રીકૃષ્ણનું ચિંતન કરવું અને તેમના ઉપદેશ સાંભળવા જેથી ભકતના ભાવને પોષણ મળે.

(૧૦) લોકવેદાદ્યનાદરાત્:
(લોકવેદ + આદિ + અનાદરાત્)

આપણા મનમાં ભગવદ્ભાવના પ્રવેશ માટે મનમાં ભરેલી લૌકિક અને વૈદિક વાતોને ખાલી કરી નાખવી જોઇએ.જીવને લૌકિક અને વૈદિક બંને બાબતો પ્રભુ તરફ જવામાં બાધક બને છે.

પ્રભુની કથા સાંભળતા સાંભળતા ઘણી વખત મન ઘેર પહોંચી જાય છે એટલે મહારાજે શું કહ્યું તે ધ્યાનમાં આવતું નથી. આમ આ લૌકિક ને લીધે, જેને માયા કહે છે, તેને કારણે કથામાં ચિત્ત ચોટતું નથી. આમ માયા પ્રકૃત્તિએ એટલે લૌકિક હંમેશા જીવને પ્રભુ તરફ જતાં રોકયો છે. કૃષ્ણની કૃપા થાય તો જ માયા દૂર થાય.

શ્રીહરિરાયજી જીવને લૌકિકનો અનાદર કરવાની શિક્ષા આપે છે. જીવ જો લૌકિક વૈદિકથી મુકત થવા ઇચ્છતો હોય તો તેણે ભગવદ્ ગુણાનુવાદનો આશ્રય લેવો જોઇએ.ભગવાને મનુષ્ય દેહ પ્રભુ ભજન કરવા આપ્યો છે. છતાં લોકો વૃથા જન્મ ગુમાવે છે.

- જીવ જો ભગવાનને જાણે તો જ ભજન કરે.
- જીવ જો મૃત્યુનો વિચાર કરતો રહે તો તે પ્રભુને શરણે જાય.
- વેદ અને પુરાણો પોકારીને કહે છે કે ભક્તિ વિના ભગવાન દુર્લભ છે.
- ભગવાનની ભક્તિમાં ભગવદીયોનો સંગ જોઇએ.
- જીવે મન લગાડીને ભગવદ્ નામ લેવું જોઇએ.
- ઇન્દ્રિયો અને પંચ પર્વા અવિધા જીવને ભક્તિ કરવા નથી દેતી અને મારે છે.

શ્રી મહાપ્રભુજીએ લૌકિકમાં રહી લૌકિકથી અલિપ્ત રહેવાનો સરળ માર્ગ બતાવ્યો છે. આ જગતમાં સર્વ પદાર્થોના માલિક પ્રભુ છે. કારણ કે પ્રભુએ જ આ જગતને અને જગતના પદાર્થોને બનાવ્યા છે. એમાં કશું જ જીવનું નથી. જીવ પોતે પણ પોતાનો નથી. આપણે તો આપણી પાસેની સર્વ વસ્તુઓના ટ્રસ્ટી છીએ. આ શરીર, અને શક્તિ, ઘર, માલ-મિલ્કત, કુટુંબ બધું પ્રભુનું છે. માટે જીવે પોતાની પાસેની વસ્તુઓ પોતાના મોજ-શોખ માટે નહીં વાપરતા પ્રભુ માટે જ વાપરવી જોઈએ. તેની માલિકી પ્રભુની છે. એમ માની જીવે લૌકિકમાં અનાદર રાખવો જોઈએ.

તેમજ વૈદિક તરફ અનાદર ભાવ નહીં રાખતા વૈદિક કર્મ કરવાનો પ્રસંગ આવે ત્યારે તે કાપટયથી કરવું. જેથી લોકમાં નિંદા ન થાય. છતાં પુષ્ટિમાર્ગની રીતે પુષ્ટિમાર્ગના કર્મને આપણે પ્રધાનતા આપવી જોઈએ. વૈદિક કર્મને નહીં. વૈષ્ણવે પ્રભુના સુખ માટે વૈદિકનો ત્યાગ કરવો જોએ.

વૈદિક કાર્યો શ્રીવલ્લભ કરે છે અને નિજભકતોને એમ કહે છે કે તમે વૈદિકની ચિંતા કરશો નહીં. અમે તમારા માટે જ વૈદિક કાર્યો કરીએ છીએ. તમે સુખેથી સેવા-સ્મરણ વગેરે કરો, પ્રભુ પોતે જ તમારું વૈદિક સિધ્ધ કરશે.

પુષ્ટિ જીવોમાં લૌકિક અને વૈદિક પણું દેખાડવા પુરતું જ હોય છે. તેમાં તેમને આસકિત નથી. તેમજ લૌકિક-વૈદિક લોકકલ્યાણ માટે જ કરે છે.

શ્રી હરિરાયજી આપણને આજ્ઞા કરે છે. કે ભગવદ્ ભાવના પોષણ માટે લૌકિક-વૈદિકમાં આદર નહીં રાખવો છતાં લોકનિંદાથી બચવા જરૂર ઉભી થાય તો અવશ્ય કરવાં પણ તે પ્રભુને સમર્પિત પદાર્થોથી કરવા.

(૧૧) ધર્મી માત્ર સમાવિષ્ટ દષ્ટે:

વૈષ્ણવે પોતાની દ્રષ્ટિ કેવળ ધર્મી એટલે પૂર્ણ પુરુષોત્તમમાંજ તલ્લીન રાખવી. ધર્મો છ પ્રકારના છે. એશ્વર્ય, વિર્ય, યશ, શ્રી, જ્ઞાન, અને વૈરાગ્ય. આ છ ધર્મો જે પ્રભુમાં રહેલા છે તેને આપણે ધર્મી કહીએ છીએ. અનુભવથી લોકો એ કહ્યું છે કે "સંગ તેવો રંગ" તે પ્રમાણે સત્સંગીનો રંગ લાગ્યા વગર રહેતો નથી. તેમ જો ભકત - વૈષ્ણવ ધર્મી ભગવાનને વળગી રહે તો તેમના ધર્મોનો પ્રકાશ - ધર્મોના ગુણોનો લાભ જીવને અવશ્ય મળવાનો જ છે. શ્રીકૃષ્ણ પોતે જ ધર્મી સ્વરૂપ છે. તે સ્વરૂપ સર્વ પ્રકારના ધર્મોથી રહિત છે. પૂર્ણ નિર્દોષ તેમજ અલૌકિક છે. સત, ચિત્ત અને આનંદરૂપ છે. લોકવેદ પ્રસિદ્ધ છે. તે સત્ય સ્વરૂપ, જ્ઞાન સ્વરૂપ, રસ રૂપ, આનંદમય, પરમ સુખરૂપ છે. શ્રીકૃષ્ણ પૂર્ણ બ્રહ્મ છે. પરંતુ પામર જીવોને, અજ્ઞાનીઓને એમના મહાત્મ્યની જાણ થાય એટલા માટે તેમણે પોતાના ગુણ અને રૂપથી અનેક લીલાઓ કરી છે. જેમકે ગોવર્ધનલીલા, કાલીયદમનલીલા, પૂતનામોક્ષ લીલા, સ્વમુખમાં માતાજીને બ્રહ્માંડનું દર્શન કરાવ્યું, વગેરે લીલાઓ દ્વારા તેમનું પૂર્ણપુરુષોત્તમ પણું સિદ્ધ થાય છે. વાસ્તવિક રીતે જોતાં બ્રહ્મ અવ્યકત છે. પણ અવ્યકતનાં દર્શન, સેવા વગેરે કેવી રીતે થઈ શકે ? ભકતોને તો ખેલતો, નાચતો પ્રભુ જ ખપે, તે પ્રભુ તેજ ભકતોનો ભગવાન શ્રીકૃષ્ણ. તે પુર્ણપુરુષોત્તમ હોવાથી સર્વોપરી છે. અન્ય અવતારો અંશ કલાના છે. તે બધા શ્રીકૃષ્ણના આજ્ઞાકારી છે. આ પ્રભુનું વર્ણન વેદની શ્રુતિઓએ કર્યું છે. એમણે ભગવાનને (રસો વૈ સ:)રસાત્મક સ્વરૂપે વર્ણવ્યા છે. આ સ્વરૂપનો અનુભવ શ્રી મહાપ્રભુજીને ગોકુલમાં શ્રાવણસુદ એકાદશીએ મધ્યરાત્રિએ થયો. તે વખતે

સાક્ષાત્ પુર્ણપુરૂષોત્તમ પ્રભુએ પ્રકટ થઈ શ્રી મહાપ્રભુજીને દૈવી જીવોને બ્રહ્મસંબંધ આપવાની આજ્ઞા કરી. એ રસાત્મક સ્વરૂપ અવર્ણનીય છે. તેને આશ્લેષમાં લેતાં (ભેટતાં) શ્રીમહાપ્રભુજીને જે અનુભવ થયો તે "મધુરાષ્ટકમ"માં વર્ણવ્યો છે.

શ્રીગુંસાઈજીએ તે સ્વરૂપની સરખામણી કલ્પવૃક્ષ સાથે કરી છે. આ પરમાત્મારૂપી કલ્પવૃક્ષનું બીજ ભકતના હૃદયમાં હોય છે. એને જો શુધ્ધ જ્ઞાનનો પ્રકાશ, પ્રભુ પ્રાપ્તિનો વિરહતાપ અને સત્સંગરૂપી જળનું સિંચન કરવામાં આવે તો તે ભાવરૂપી બીજનું કલ્પવૃક્ષ થાય અને એ વૃક્ષ ભકતની ઈચ્છા અને ભાવના પ્રમાણે ફળ આપે. વૃક્ષને પોષણ આપવા માટે એના મૂળમાં સિંચન કરવું જોઈએ જેથી આખું વૃક્ષ પોષાશે. પણ જો ડાળીઓ પર છાંટીએ તો કોઈ લાભ થશે નહીં. અને મહેનત નકામી જશે. તેવી જ રીતે જગતનું મૂળ ભગવાન પૂર્ણપુરૂષોત્તમ છે. તો તેમની સેવા, સ્મરણ અને કીર્તન કરીએ તો આખા જગતને તૃપ્ત કરી શકાય પણ બીજા દેવોને સેવવાથી કંઈ ભગવાન પ્રસન્ન થતા નથી. જેમકે મોઢામાં ભોજન મુકવાથી આખા શરીરને પોષણ મળે પણ આખા શરીરે ચોપડવાથી શરીરને પોષણ મળે નહીં. મહેનત અને ભોજન બંન્ને નકકામાં જશે. માટે વૈષ્ણવે કૃપાળુ એવા શ્રીકૃષ્ણને સેવવા જોઈએ. પરબ્રહ્મ શ્રીકૃષ્ણની સેવાથી સમગ્ર વિશ્વની સેવા થાય છે. અન્ય દેવો તો અંશ, કલા અને વિભૂતિ રૂપ છે. તેઓ તો ડાળીઓ પાંદડા જેવા છે. આમ વૈષ્ણવે શ્રીકૃષ્ણનો અનન્ય આશ્રય કરી તેમની જ સેવા કરવી જોઈએ અન્ય અંશ, કલા, વિભૂતિની નહીં.

આપના ઘરમાં બીરાજતા શ્રીઠાકોરજી સંયોગધર્મ સ્વરૂપ છે. એ સ્વરૂપે શ્રીમહાપ્રભુજીની કૃપાથી ઠાકોરજી આપણે ઘેર પધાર્યા છે. શ્રીમહાપ્રભુજીની આજ્ઞા અને કૃપાથી સંયોગધર્મ

સ્વરૂપની સેવા ભાવથી કરવી અને એ સ્વરૂપની સેવા કરતાં કરતાં જ્યારે આપણે ૮૪-૨૫૨ વૈષ્ણવોની કક્ષાના ભગવદીય બનીશું ત્યારે આપણા ઠાકોરજી સ્વયં સંયોગધર્મી સ્વરૂપ બની આપણી પાસેથી માંગી માંગીને સામગ્રી આરોગશે. ખેલશે, આપણી સાથે વાતો કરશે. આવું થતાં જ આપણું મન સહજમાં સેવ્ય સ્વરૂપમાં તલ્લીન બની જશે. ત્યારે સમજવું કે આપણા ભાવનું પોષણ થયું છે.

શ્રીહરિરાયજી આજ્ઞા કરે છે કે ભવાના પોષણ માટે ધર્મી સ્વરૂપમાં મન એકાગ્ર રાખવું.

(૧૨) લીલા વિચારણાત્‌:

ભગવાનની લીલાઓનો વૈષ્ણવે સતત વિચાર કરવો. જેનાથી તેના ભગવદ્‌ ભાવનું પોષણ થશે.

મનુષ્ય જે ક્રિયા કરે તે કર્મ કહેવાય. પ્રભુથી અનાયાસે પરિશ્રમ વિના હર્ષથી કરવામાં આવેલી ચેષ્ટા (કરવામાં આવેલા કર્મ) તે લીલા.

મનુષ્ય જે કાર્ય કરે તેમાં તેનાં અહંકારપણાનો રણકો હોય છે. એનું ફળ મળવું જોઈએ એવો ભાવ હોય છે. જ્યારે ભગવાન જે કૃતિ-કાર્ય કરે છે તેં આનંદ અથવા જીવના નિરોધ સિવાય બીજો કોઈ હેતુ હોતો નથી. ગીતાજીમાં ભગવાને કહ્યું છે કે-**"જે જીવ મારી લીલામાં શંકા કરશે તેનો વિનાશ થશે."** જે જીવોએ કામવાસના પર સંપૂર્ણ સંયમ કેળવ્યો હોય તે જીવો જ ભગવાનની રસલીલાઓનું પાન કરવાના અધિકારી બની શકે છે. ભગવાને કરેલી લીલાઓ આનંદ માટે જ છે. અને જીવોના સુખ માટે છે. ભગવાનની લીલાઓ તો ભકતોના શ્રવણ માટે

જ છે. સર્વ કર્તુ સમર્થ ભગવાને સાત્વિક, રાજસ અને તામસ લીલાઓ કરી છે. તેનું કારણ તે તે જીવના મનનો પ્રભુને નિરોધ કરવો છે. સર્વકર્તુ સમર્થ ભગવાને ભકતોના સ્વભાવને અનુકૂળ થઇને, તેમના ભાવમાં પોતાનો ભાવ મેળવીને, તેમના મનનો નિરોધ પોતાનામાં જે તે જીવ પ્રમાણેની લીલા દ્વારા કાર્યો છે. આ જ છે ભગવાનનું કૌતુક. ભગવાનની આવી લીલાઓ અદ્ભુત, અલૌકિક, ભકતોના હિત માટે છે. પ્રભુએ વ્રજભકતોની સાથે, બાળક જેમ નિર્દોષ ભાવે કોઇ ક્રિયા કરે તેમ, બધી લીલાઓ આપે રમત રમતા હોય તેમ નિર્દોષ ભાવે કરી છે. ભગવાને ઘણી લીલાઓ કરી છે. તેઓ એક ક્ષણ પણ લીલા વિના રહી શકતા નથી. અહીં આપણે ચીરહરણલીલાની લીલાભાવના સમજવા પ્રયત્ન કરીએ.

ભગવાને ગોપીજનોનાં વસ્ત્રો નથી હરી લીધાં પણ તેમની વાસનાઓ હરી છે. - દૂર કરી છે. આ લીલાનો સૂક્ષ્મભાવ છે. જે વસ્ત્રો પાછા આપ્યા તે અલૌકિક દિવ્ય વસ્ત્રો હતાં. દરેક ને પોત પોતાના ભાવ પ્રમાણેના વસ્ત્રો આપ્યા છે. જેમકે શરણાગતિનો ભાવ અને સર્વાત્મભાવ. આ બે ભાવ જેને પ્રાપ્ત થાય તેને પ્રભુની પ્રાપ્તિ શીઘ્ર થાય. આ વસ્ત્રો ધારણ કરવાથી ગોપીજનોમાં અદ્ભુત અલૌકિક તેજ આવ્યું.

બીજો ભાવ - પૂર્વજન્મમાં આ ગોપીજનો ઋષિકુમારો હતા આ જન્મમાં ભગવાને તેમને સ્ત્રીભાવ આપ્યો.

શ્રીમહાપ્રભુજી કહે છે કે, પ્રભુએ ગોપીજનોનો લૌકિક ભાવ દૂર કર્યો અને અલૌકિક ભાવનું તેમને દાન કર્યું અર્થાત તેમને તનુનવત્વ પ્રદાન કર્યું. તેમના દેહને એવા દિવ્ય બનાવ્યા કે જેના દ્વારા તેઓ અલૌકિક રસ ભોગવી શકે.

ભગવાન અને જીવ ની વચ્ચે માયાનું આવરણ છે. જેને લીધે જીવને ભગવાનનાં દર્શન થતાં નથી. ભગવાને વસ્ત્રાહરણ

કરી આવરણ દૂર કર્યું એટલે ગોપીઓમાં પ્રભુ માટે અલૌકિક ભાવ જાગ્યો. આ વસ્ત્રાહરણલીલાનો આધ્યાત્મિક ભાવ છે.

આ લીલાથી ભગવાને ગોપીજનોના જીવનને દિવ્ય બનાવ્યું. વૈષ્ણવો જો આ લીલા નું અવગાહન (સ્મરણ- કિર્તન) કરે તો તેમનામાં રહેલી લૌકિક વાસનાઓ દૂર થાય છે અને સર્વાત્મભાવ જાગૃત થાય છે અને આમ થતાં તેમનામાં ભગવાન માટેના ભાવની વૃદ્ધિ એટલે કે પોષણ થાય છે.

તેવી રીતે માખણચોરીની લીલા દ્વારા ભાગવાન સર્વ વ્રજવાસીઓના મનનો નિરોધ કરવા માગે છે. સૌ ગોપીજનો આ લીલાને લીધે આખો દિવસ શ્યામસુંદર ના વિચારોમાં ખોવાયેલા રહેતાં કે લાલો આવે તો આમ કરું ને તેમ કરું. આ રીતે માખણચોરીની લીલા નિરોધલીલા છે.

ભગવાન ભૂતલ ઉપર સર્વમાં સમાયેલા છે. ભગવાનને કોઈ પોતાનું કે પારકું નથી. એટલે આ લીલા દ્વારા ભગવાન જગતના જીવોને સમજાવવા માંગે છે કે હું કોઈના માટે પારકો નથી. હું તો બધાનો છું. ભગવાન અને ભકત ધારે તો બન્ને એક બીજાને પોતાનામાં સમાવી શકે છે. આ રીતે ભગવાનની માખણચોરી લીલા દ્વારા શ્રીમહાપ્રભુજીએ શુદ્ધાદ્વૈતનો મહાન સિદ્ધાંત અદ્વૈતવાદ સમજાવ્યો છે.

પ્રભુ માખણચોરી દ્વારા બીજી વાત વૈષ્ણવને સમજાવે છે કે તેઓ અંતર્યામી છે. તેઓ જેટલા દૂર છે તેટલા જ આપણાથી નજીક છે. બીજું ભગવાન તેના જ મનની ચોરી કરે છે કે જેનું મન માખણ જેવું કોમળ હોય, જેના હદયમાં ભકિત વસી હોય તેનું મન ભગવાન ચોરે છે.

ભગવાન તાજુ જ માખણ આરોગે છે. વાસી માખણ વાંદરાઓને ખવડાવી દે છે. એનો ભાવ આવો છે કે જે ભકતના હદયમાં વાસી વાસના છે તેના તરફ ભગવાન જોતા નથી. પણ

જેના હૃદયનો ભાવ તાજો છે અને વાસના રહિત છે. તેનું જ હૃદય ભગવાન ચોરે છે.

આમ ભકતના મનનો નિરોધ કરવા ભગવાને અનેક લીલાઓ કરી છે. જેવી ક ૅ દાનલીલા, માનલીલા, સાંઝીલીલા, પનઘટ-લીલા વગેરે. આ લીલાઓ દ્વારા ભગવાન ભકતના હૃદયને શુધ્ધ કરી, તેને પોતાની સાથે અદ્વૈત કરે છે. તેથી વૈષ્ણવે વારંવાર ભગવદ્‌લીલાઓનુંઅવગાહન કરવું જેનાથી તેમના ભગવદ્‌ ભાવનું પોષણ થશે

શ્લોક ચોથો:

(૧૩) નિવેદનાનું સંધાનાત્:
(નિવેદન + અનુસંધાનાત્)

નિવેદનનું અનુસંધાન કરવાથી ભાવને પોષણ મળે છે. નવરત્ન ગ્રંથમા શ્રીમહાપ્રભુજીએ આજ્ઞા કરી છે કે **"નિવેદનં તુ સ્મર્તવ્યં"** વૈષ્ણવે હંમેશા નિવેદન મંત્રનું સ્મરણ કરવું જોઈએ. જીવ બ્રહ્મસંબંધ લે છે. ત્યારે પોતાનું સર્વસ્વ પ્રભુને સમર્પિત કરે છે. પછીથી આપણે તે મંત્રનો ભાવ ભૂલી જઈએ છીએ. કોઈપણ વસ્તુ લાંબા સમય સુધી યાદ ન કરીએ તો તે ભૂલી જવાય તે સ્વાભવિક વાત છે. બ્રહ્મસંબંધ એટલે જીવનો બ્રહ્મ સાથેનો (પરમાત્મા સાથેનો) સંબંધ છે. જીવ બ્રહ્મસંબંધ લેવા જાય છે ત્યારે પ્રભુ જીવની નબળાઈઓ જાણતા હોય છે. પણ જીવ દૈવી હોવાથી જ સ્વયં પ્રભુ પાસે જાય છે તેથી તેને અપનાવે છે. જીવ સ્વયં પ્રભુ પાસે જાય છે, તે પ્રભુને ગમે છે. પછી તે જીવ ગમે તેવો કેમ ન હોય! પ્રભુ તેને કહે છે, તું મારો છું હું તને સ્વીકારું છું. તારો ભાવ મારામાં છે એટલે મને બધુ મળી ગયું તેમ હું માનું છું. ભગવાન જીવને કહે છે, તું નિઃસાધન બનીને આવ્યો છું એટલે

મને ગમ્યો છે. માટે તું કંઈ મને નહીં આપે તો પણ ચાલશે. ત્યારે જીવ પ્રભુને કહે છે દેહ, ઇન્દ્રિય, પ્રાણ, અંત:કરણ તેના ધર્મો, પતિ, પુત્ર, કુટુંબ, ઘર, ધન, આ લોક અને પરલોક, આત્મા સહિત સમર્પણ કરું છું. કારણે હું આપનો અંશ છું, દાસ છું, આપને શરણે છું. આ બધું આપનું આપેલું છે. માટે આપનું જ છે હુ તો એનો ટ્રસ્ટી - રખેવાળ છું. જેનું છે તેનું તેને પાછું આપવું એમાં કોઈ મહાનતા નથી, પણ ફરજ છે.

શ્રીમહાપ્રભુજી પણ કહે છે કે જીવે ઉઠતાં, બેસતાં, હરતાં, ફરતાં, ક્ષણે-ક્ષણે આ મંત્રનો ભાવાર્થ હદયમાં ઉતરતા રહેવું જોઇએ. અને જીવે સમજવું જોઇએ કે હજારો વર્ષોથી પ્રભુથી છૂટો પડયો છું અટેલે ભગવાનને બિલકુલ ભૂલી ગયો છું. તો ફરી ભગવાનને મેળવવા જ્યારે જીવને તાપ - કલેશ થાય ત્યારે તે બ્રહ્મ સાથે સંબંધ બાંધવાની ઇચ્છાથી દીક્ષા લેવા જાય છે. અને ત્યારે સર્વસ્વ સમર્પણ કરવાની પ્રતિજ્ઞા લે છે. અને પ્રભુને વિનંતી કરે છે કે હે નાથ! હું તમારો છું, તમારો છું, તમારો છું.

આ નિવેદન મંત્રનું જીવે સતત ભગવદીયો સાથ મળી ચિંતન, સ્મરણ કરવું જોએ, ચિંતન ના કરીએ તો જેમ જેમ સમય વિતતો જાય તેમ તેમ પ્રતિજ્ઞા ભૂલાતી જાય માટે નિવેદનું અનુંસંધાન સતત ભગવદિયોના સંગમાં રહી કરવું જોઇએ.

જીવ પોતાનું સર્વસ્વ સમર્પણ કરવાની પ્રતિજ્ઞા કરે છે. ત્યારે ભગવાન પણ જીવના યોગક્ષેમની જવાબદારી સ્વીકારે છે. આમ ભકત અને ભગવાન એકબીજાને સમર્પિત થવાનું ને રક્ષણ કરવાનું વચન આપે છે. અને કોઈ વખત જીવની મર્યાદા હોય તો ભગવાન કહે છે તું ચિંતા ના કરીશ. તું મારી પાસે આવ્યો છું, માટે શરણે છું-હું બધું સ્વીકારી લેવા તૈયાર છું.

જીવે આ પ્રતિજ્ઞાનું ગંભીરતાથી પાલન કરવું જોઇએ અને એનું અનુસંધાન રહે માટે ભગવદિયો સાથે બેસીને તેનું વારંવાર સ્મરણ કરવું જોઇએ.

અહંતા, મમતાને લીધે જે વસ્તુને આપણે આપણી માની લીધી છે, તે ખરેખર તો પ્રભુની છે, એમની આપેલી છે. આમ આપણી માનેલી વસ્તુઓનો તથા આત્માનો જીવ ત્યાગ કરે છે એટલે કે સમર્પણ કરે છે તે મહાન ત્યાગ છે. અહીં ત્યાગ એટલે પ્રભુમાં વિનિયોગ કરવો તે છે. આવા પરમ ત્યાગની મૂર્તિસમા તો વિશ્વમાં એક ગોપીજનો જ હતાં. સાચું સમર્પણ કર્યુ, શ્રી ગુંસાઇજીના સેવક માણિકચંદ ક્ષત્રિયે અને એક ખેડૂતે પોતાની આજીવિકા સમુ દાતરડું વેચીને સમર્પણ કર્યુ, ધન્ય છે આવા જીવોને.

શ્રીમહાપ્રભુજી સતત ચિંતામાં રહેતા કે દૈવી જીવોનો ઉદ્ધાર કેમ કરવો ? જ્યારે તેમનું ચિંતન પરમ કક્ષાએ પહોચ્યું ત્યારે શ્રાવણ મહિનાના શુકલ પક્ષની એકાદશીની મધ્યરાત્રિએ સાક્ષાત પ્રભુએ પ્રકટ થઇને કહ્યું કે, હું તમને નિવેદનમંત્ર આપુ છું, તેની તમે પુષ્ટિજીવોને દિક્ષા આપજો. જે જીવો આ મંત્રની દિક્ષા લેશે તેના બધા દોષો નિવૃત થઇ જશે. મારી સેવાના અધિકારી બનશે, હું તેમનું સમર્પણ સ્વીકારીશ, અને જે જીવને તમે મને સોંપશો એનો હું કદાપિ ત્યાગ કરીશ નહીં, આ મારું વચન છે આ પ્રમાણે કહી શ્રીઠાકોરજી અંતધ્ર્યાન થઇ ગયાં. તે વચનનું આપે અક્ષરસ: પાલન કર્યુ છે. દા.ત. રામાનંદ પંડિત.

પુષ્ટિમાર્ગ અનુગ્રહનો માર્ગ છે. જીવમાંથી અહંતા મમતા દૂર થઇ (એટલે કે નિ:સાધનતાથી) જો દિનતા આવે તો જ એ જીવ પર પ્રભુ અનુગ્રહ કરે છે. સર્વ વસ્તુનું સમર્પણ કરવાથી

નિઃસાધનતા સિદ્ધ થાય છે અને જીવમાં સર્વાત્મભાવ જાગૃત થાય છે. બધું પ્રભુનું છે એ ભાવ, દેહાદિની સ્ફૂર્તિ જવી, અને વિષયોનો ત્યાગ થવો એવી જાતનો સર્વાત્મભાવ પ્રાપ્ત થવો તે સમર્પણ.

માટે હરિરાયજી આજ્ઞા કરે છે કે વૈષ્ણવોએ નિવેદનનું અનુસંધાન સતત કરતાં રહેવું જોઈએ. જેથી જીવના ભગવદ્ ભાવનું સારી રીતે પોષણ થશે અને પ્રભુ સાથેનો તેનો સંબંધ જીવ પુનઃ પ્રાપ્ત કરી શકશે.

(૧૪) તાદગ્ - જનસમાગમાત્:

તાદશી જનોના સમાગમથી વૈષ્ણવના ભગવદ્ ભાવનું પોષણ થશે. અધિકાર પ્રમાણે વૈષ્ણવ ઓળખાય: તદિય, તાદશી

તદિય - એટલે પોતે સ્વયં સમર્પિત બની, તનુવિત્તજા સેવા, જપ, પાઠ, સ્તોત્રો આદિ નિયમિત કરે તે. તેઓ સમર્પિત જીવન ગુજારે છે અને ભગવદ્ ભાવમાં પરોવાયેલા રહે છે.

તાદશી - વૈષ્ણવ એટલે જે ભગવાનના જેવા જ બનેલા હોય તે. આ વ્યસન અવસ્થાએ પહોંચેલા હોય છે. એના જીવનમાં સેવા વગેરે સહજ બની ગયા હોય છે.

આપણને તો ભગવદીય, તદિય અને તાદશીને સમાન સમજી સર્વના સમાગમમાં આવવાનું કહ્યું છે. જેથી આપણો ભગવદ્ ભાવ વધે. અવૈષ્ણવના સમાગમમાં ન અવાય તો સારું. ભગવદિય વૈષ્ણવના સંગમાં આવવાથી તેમનામાં રહેલી ભાવના, સાગરની ઊર્મિઓની લહેરો આપણા તરફ આવશે,

એટલે આપણો ભગવદ્ ભાવ વધશે. ભગવદિયના સંગથી જીવની બુધ્ધિ સુધરે, પ્રભુ સેવામાં પ્રતિપળ આનંદ વધે, સ્વભાવ સાત્ત્વિક બને, અંત:કરણમાં આનંદસાગર હિલોળા લે, સ્વર્ગના દેવો પણ ભકતની ક્રિડાઓ જોઈ પોતાની સાન-ભાન ભુલી જાય છે. તેવાના સંગથી ભક્તિ ભાવના તરંગો, ઉર્મિઓ વધે જ જાય છે, માટે જીવે સંગ કરવો તો હરિભકતોનો જ કરવો. પારસમણી લોઢાને સોનું કરે પણ પારસમણી ન બનાવી શકે. જ્યારે પારસમણીરૂપ ભગવદિયો તો લોઢા જેવા ભકતોને પોતાના જેવા ભગવદિય બનાવે છે. તેમની સાથેના વાર્તાલાપથી વૈષ્ણવ મન, વચન, અને કર્મથી પવિત્ર બને છે. આમ ભગવદિયો પોતે તો ભાવસાગર તરે અને જે તેના સંબંધમાં આવે તેને પણ તરાવે. ભગવદિયમાં કામ, ક્રોધ, લોભ, મોહ, ભય, મત્સર, મમતા ન હોય, તે અખંડ સેવા, સ્મરણ અને કિર્તન કરતા હોય, પ્રભુના સ્વરૂપમાં નિમગ્ન રહે, કોઈનો દોષ ન જુએ, મિત્રતા રાખે, વિવાદ ન કરે, અજાત શત્રુ હોય આવો વૈષ્ણવ તાદશી વૈષ્ણવ કહેવાય. શ્રીહરિરાયજી આજ્ઞા કરે છે કે જો વૈષ્ણવ તાદશી ભગવદિયોની સાથે સમાગમ રાખે તો તેના ભગવદ્ ભાવનું પોષણ થાય.

(૧૫) ફલદૌર્લભ્ય સંસ્કૃત્યર્ા:

વૈષ્ણવે દિનતાપૂર્વક વિચારવું જોઇએ કે - "હું એટલો બધો નબળાઇઓથી ભરેલો છું, કે મને સેવાનું ફળ મળવું ઘણું દુર્લભ છે." વૈષ્ણવના મનમાં આવી જાતના વિચારો વારંવાર આવતા રહેવાથી પણ ધીમે ધીમે તેના ભાવનું પોષણ થશે.

સેવા કરવી એ પ્રત્યેક બ્રહ્મસંબંધી વૈષ્ણવની ફરજ છે. સેવામાં વૈષ્ણવે ઠાકોરજીની લીલાઓ અને સ્વરૂપનું ચિંતન

કરવું. તેનાથી વૈષ્ણવના હદયમાં રહેલાં ભક્તિરુપી બીજનું પોષણ થશે. જ્યારે બીજને પોષણ મળે ત્યારે જ અંકુર ફૂટે. પછી તેની વૃધ્ધિ થતાં વૃક્ષને ડાળીઓ, પાંદડા, ફૂલ અને અંતે ફળ આવે છે. ફળ પ્રાપ્તિમાં ક્રિયા કરતાં લગન વધારે જરૂરી છે.

ભગવાને ગીતામાં કહ્યું છે કે, "હું મારી યોગમાયાથી છુપાયેલો રહું છું. જેથી બધાંને મારા દર્શન થતાં નથી." આમ પ્રભુદર્શનમાં આવરણો તો રહેવાના જ. શ્રી મહાપ્રભુજી સુબોધિનીજીમાં તેનું સમાધાન કરે છે. કે, ભગવાનનો અનુભવ થવામાં જીવાવરણ અને ભગવદાવરણ બે મુખ્ય આવરણો છે. તેમાં જીવાવરણ નિર્ગુણ ભક્તિભાવ સાથે મહાત્મ્યજ્ઞાન થાય ત્યારે નષ્ટ થાય છે. મહાત્મ્ય જ્ઞાનમાં જ્ઞાન મુખ્ય નથી, પણ ભક્તિ મુખ્ય છે. **આવી જ્ઞાનભક્તિ ભાવને વધુ સુદૃઢ બનાવે છે.**

બીજું આવરણ ભગવદાવરણ છે. જીવ જ્યારે વ્રજભક્તોના ભાવથી ભાવપૂર્વક સેવા અને સ્મરણ કરે ત્યારે તેનામાં શ્રીઠાકોરજી માટે પ્રેમ, આસક્તિ અને વ્યસન થાય છે. ત્યારે તેનું ભગવદ્દાવરણ નાશ પામે છે. ત્યારે પછી જીવને ભગવદ્કૃપાથી શ્રીઠાકોરજી સાનુભવ જણાવે છે. જ્યારે જીવ વ્યસન દશાએ પહોંચશે ત્યારે તેની અવિઘા દૂર થાય છે. અને ભક્તને જ્ઞાન, વૈરાગ્ય, યોગ, તપ અને ભક્તિ પ્રાપ્ત થશે. ભગવાને પૂતનાવઘથી સકલ વ્રજવાસીઓની અવિઘા દૂર કરી છે. તેમ વ્રજવાસીઓના ભાવથી સેવા કરનાર ભક્તની અવિઘા પ્રભુ દૂર કરે છે. માટે ભક્તે પ્રભુમાં ઉત્કૃષ્ટભાવ રાખવો.

તૃણાવર્ત લીલા કરી શ્રી ઠાકોરજીએ વ્રજવાસીઓનો મોહ દૂર કર્યો. મોહ – તણખલારુપ છે. તે માનવીના મન બુધ્ધિને ભ્રમિત કરી અંતે તેનું પતન કરાવે છે. ભક્તને જ્યારે વિષયોનો મોહ થાય ત્યારે પ્રભુ અનુભવ કરાવી, તેમાંથી ભક્તને છોડાવે છે.

શકાટસુર લીલામાં લોકાસક્તિનો પ્રભુએ નાશ કર્યો. અત્યારે પણ પ્રભુ ભકતની સંપત્તિની હાનિ કરાવી પોતાનામાં આસક્તિ કરાવે છે. આ રીતે ભગવાન જ્યારે ભકત પર કૃપા કરે છે, ત્યારે તેની અવિદ્યા દૂર કરે છે. માટે ભકતે સેવામાં કદી લૌકિક બુધ્ધિ ન કરવી.

આ રીતે પુષ્ટિજીવ જો વૈષ્ણવી જીવન જીવે તો તેની ભાવદશા વધે. સર્વાત્મભાવ સિધ્ધ થાય અને યથા અધિકાર સાનુભવ થાય.

આમ જીવે પ્રભુનો આશ્રય છોડ્યા વિના સેવા કરતાં કરતાં પ્રભુની પ્રસન્નતા પ્રાપ્ત કરવી અને સતત ભકતે વિચારવું કે **"મને પ્રભુનો સાનુભવ ક્યારે થશે."** સાધન કરતાં કરતાં પ્રભુના ચરણમાં આપણું ચિત્ત લાગેલું રહે એ સાધન આર્તિ, અને સાધન કરતાં કરતાં જ્યારે જીવને એમ થાય કે "હું ક્યારે પ્રભુનાં દર્શન ચક્ષુથી કરું ?" દર્શન વિના એને કાંઈ સૂઝે જ નહીં. થોડીવાર માટે સ્મરણ પણ ભૂલી જાય અને કેવળ દર્શનની જ ઝંખના વધી જાય તેને **ફલાર્તિ** કહેવામાં આવે છે. **ફલાર્તિનું ફળ છે સ્વરૂપ દર્શન.**

શ્રીહરિરાયજી કહે છે કે ભકતને જ્યારે સાધન આર્તિ અને ફલાર્તિ એના માટે દુર્લભ લાગે તેને પણ આર્તિનું ફળ ગણે છે. શ્રીહરિરાયજી ફલાર્તિને નિજાર્તિ કહે છે. તેને પ્રાપ્ત કરવાનો ભકતે પ્રયત્ન કરવો જોઈએ. તેનાથી ભકતના ભગવદ્ ભાવનું શ્રેષ્ટ પ્રકારે પોષણ થશે.

(૧૬) અન્યત્ર તુચ્છત્વ ચિન્તનાત્:

પ્રભુ વિનાની જગતની બધી વસ્તુઓ પ્રભુ આગળ તુચ્છ છે. આવો વિચાર કરવાથી પણ જીવના ભગવદ્ ભાવનું પોષણ થશે. શ્રીહરિરાયજી જણાવે છે કે જગતમાં અનંતકોટિ બ્રહ્માંડના રચયિતા ભગવાનથી શ્રેષ્ટ કોઈ નથી. અર્થાત પ્રભુ સિવાયની વિશ્વની બધી વસ્તુઓ તુચ્છ છે તેવું મનમાં નિત્ય ચિંતન કરવું.

જગત પર પ્રભુની માયાએ એવું વર્ચસ્વ જમાવ્યું છે કે વિશ્વની વસ્તુઓની પ્રાપ્તિ માટે પ્રભુને ભૂલીને જીવ દોડાદોડી કરે છે. પણ વાસ્તવિક રીતે તો પ્રભુની આગળ બધી વસ્તુઓ તુચ્છ છે. અનંત સૃષ્ટિના રચયિતા ભગવાને મનુષ્યને આ દેહ આપ્યો છે. તે સુંદર દેહ આપનારને ભૂલીને માયાવી તુચ્છ વસ્તુઓમાં જો જીવ પોતાનું જીવન વ્યર્થ વેડફી દે તો દયારામભાઈ કહે છે કે

"પારસમણીને વાટકે, ભટજી માગે ભીખ"
'ભગવાન એ સાચો પારસમણી છે'

સંસારી વસ્તુઓને પ્રભુ કરતાં શ્રેષ્ઠ ગણનાર જીવ સંસાર સાગરને તરી શકતો નથી. જગતની તમામ વસ્તુઓ ભગવાન આગળ તુચ્છ છે. આવું સમજનાર મનુષ્ય જ ભગવદ્ ભાવનું પોષણ કરી શકે છે.

કુંભનદાસ, પુરુષોત્તમદાસ શેઠ, એક વિરક્ત વૈષ્ણવ વગેરે એ જગતની વસ્તુને શ્રી ઠાકોરજી આગળ તુચ્છ ગણી ઠોકર મારી હતી.

ઘણા જીવો ધન કમાવવામાં જ રચ્યા પચ્યા રહે છે. પણ જે ભગવાને મનુષ્યને જન્મ આપ્યો છે તે ભગવાન તેનું ભરણ પોષણ કરશે જ. ગજના પગલામાં સર્વ પ્રાણીના પગલાં સમાઈ

જાય છે. તેમ ભગવાનની ભકિતમાં સર્વ કાંઈ આવી જાય છે. જે કંઈ કરવું હોય તે પ્રભુ નિમિતે પ્રભુને નિવેદન કરીને જ કરવું. જીવનને શુદ્ધ અને સુખી બનાવવાનો આજ રામબાણ ઉપાય છે.

પ્રભુનો આશ્રય કરનારને મન સતાવી શકતું નથી, માયા કાંઈ કરી શકતી નથી. આમ શ્રીહરિરાયજી આજ્ઞા કરે છે, કે પ્રભુ સિવાય અન્યત્ર તુચ્છપણાનો ભાવ વિચારવો.

શ્લોક પાંચમો:

(૧૭) અત્યાત્ર્યાદર્શનાદિનામ્:
(અતિ +આર્તિ + દર્શન + આદિનાં)

જીવ પ્રભુના દર્શનની અતિ આરતી રાખવી. જેમ જીવને પાણીમાં ડુબાડવામાં આવે ત્યારે તે હવા માટે પાણીમાં તરફડે તેમ જીવે પ્રભુના દર્શન માટે તરફડવું જોઇએ. કારણે કે જ્યારે જીવે બ્રહ્મસંબંધની દીક્ષા લીધી ત્યારે પ્રભુએ જીવને વચન આપ્યું કે તું મારો થયો છે અને હું તારો થયો છું. હું તને કદી છોડીશ નહી. જીવે પ્રભુએ આપેલા વચનોમાં પૂર્ણ શ્રધ્ધા રાખવી કે પ્રભુ જરૂર તેને દર્શન આપશે. માટે શ્રી હરિરાયજી આજ્ઞા કરે છે કે - પ્રભુના દર્શન માટે અતિશય આર્તિ રાખવી જોઇએ.

ગોપીજનોને પ્રભુના દર્શનની જે આર્તિ રાસના સમયે પ્રભુ અતંર્ધ્યાન થયા ત્યારે થઇ તે અવર્ણનીય હતી. તેમને નયનથી અને મનથી પ્રભુદર્શનની તૃષા જાગી, પ્રભુ સિવાય તેમનાથી રહી શકાતું નથી. તેથી તેઓ દિનભાવે પ્રભુને દર્શન આપવા આજીજી કરે છે. ગોપી કહે છે. અંતરના પ્રભુ નયનોની તૃષા છીપાવી શકતા નથી. અમારી આંખો ધરાઇને આપના સ્વરૂપામૃતને પીવા

ચાહે છે. કૃપાનાથ ! આ આંખોથી આપના સ્વરૂપના દર્શન ન થાય તો બ્રહ્માજીએ આંખો બનાવી તેનો અર્થ શો ? આપના સ્વરૂપને જો ઇન્દ્રિયો વડે અનુભવવામાં ના આવે તો ઇન્દ્રિયો સાર્થક કેવી રીતે થાય ? આમ ગોપી જેવી દર્શનની ભાવના વૈષ્ણવને થાય તો તેના ભાવનું સારી રીતે પોષણ થઈ શકે.

વૈષ્ણવે અનોસરમાં પોતાના હૃદયમાં લીલાપરિકર સહિત પ્રભુના દર્શનનું ચિંતન કરવું. પ્રભુના શણગાર સહિતના દર્શન માટે વૈષ્ણવે સદા ચિંતન કરવું. દોરડા ઉપર ચાલનાર નટ અને પનિહારીની જેમ વૈષ્ણવે સંસારમાં સાક્ષીવત્ રહી મન પ્રભુમાં જોડેલું રાખવું. કોઈ દિવસ ભગવદ્ દર્શનથી ધરાઈ જવું નહીં. સતત ભગવદ્ દર્શનની અભિલાષા રાખવી.

“કમલમુખ દેખત તૃપ્ત ન હોય”
ગોપી શ્રીઠાકોરજીને વિનંતી કરે છે.
“અનંત ન જઈએ પિય, રહીએ મેરે હી મહલ”

આ છે ગોપીઓની દર્શનની અભિલાષા. વૈષ્ણવને પ્રભુના દર્શનની આવી આર્તિ જાગે તો જ તેમનો ભગવદ્ ભાવ પોષાય. જે તાદૃશી જન છે તેને જ આવાં દર્શનનો મર્મ સમજાય છે.

લૌકિકમાં વૈષ્ણવને સંસારની અનેક તકલીફો વેઠીને પણ પ્રભુ દર્શનની લાલસા જાગવી, વારંવાર પ્રભુનું અને એમણે કરેલી લીલાનું સ્મરણ થવું વગેરે પ્રભુ પ્રત્યેના ભાવમાં અભિવૃદ્ધિ કરનારું પરિબળ બને છે.

વૈષ્ણવે સ્વરૂપ દર્શનની એવી લગની લગાડવી જોઈએ કે એને દર્શન કરતાં કરતાં એમ થાય કે **“પ્રભુ તો મારા પ્રીતમ છે.”** એમના નયન કમળમાં તો પ્રેમામૃત ભરેલું છે, તો એમના અંતઃસ્થલમાં ડુબી જઈને પ્રેમામૃતનું હું પાન કરું. જો વૈષ્ણવની

આંખો પ્રેમામૃતથી ભરેલી હશે તો તે પ્રેમસાગરમાં ડૂબી શકશે. (ખાલી હશે તો ઉપર જ તરતી રહેશે.) અને પ્રેમસાગરમાં ડૂબી હૃદયસ્થલ સુધી પહોંચી ગિરિધર રૂપી મોતીનો સ્પર્શ કરી શકશે. વૈષ્ણવ પાસે દર્શન માટે હૃદયનો આવો ભાવ હોવો જોઇએ.

ઘણા વૈષ્ણવો તો ગીર્દીમાં ઠાકોરજીની ઝાંખી થઇ ના થઇને સંતોષ માની ઘેર પાછા વળી જાય છે. પણ પ્રભુનાં દર્શનમાં ભાવ જાઇએ, જેમ ભાવ વિનાનું ભોજન નકામું છે, તેમ આર્તિ વિનાના દર્શન વ્યર્થ છે, દર્શનમાં તો પ્રભુ ના સ્વરૂપનો આનંદ માણવો જોઇએ અને દર્શન કરતાં જ "ભર ભર આવે નૈના, ચિત્ત ન પડે ચૈના" જેવું થવું જોઇએ. ત્યારે દર્શનની સાર્થકતા છે, આવા દર્શન કરવાથી ભક્તના હૃદયમાં તાપનો ઉદય થશે.

(૧૮) તથા તાપોદ્યાત્ તદવસ્થા ભાવનેન:

વૈષ્ણવના હૃદયમાં પ્રભુ મિલનનો તાપ પ્રગટ થવો જોઇએ અને તાપના પ્રાગટ્ય પછી તે તાપનું વૈષ્ણવે ભાવન કરવું જોઇએ. પુષ્ટિમાર્ગ એ તાકલેશનો માર્ગ છે. દ્રષ્ટાંત: એક સમય શ્રીગુંસાઇજી અને તેમના સાથીદારો ભેગા મળી હાંસીખેલ કરતા હતાં. તે વખતે શ્રીમહાપ્રભુજીના અંતરંગ સેવક શ્રીદામોદરદાસજી ત્યાં આવી ચડ્યા. તેઓ એ શ્રીગુંસાઇજીને વિનયપૂર્વક કહ્યું - કૃપાનાથ ! આ માર્ગ હાંસીખેલનો નથી, પણ તાપકલેશનો છે.

આ પ્રસંગથી પુષ્ટિમાર્ગીય વૈષ્ણવોએ સમજવાનું કે પુષ્ટિમાર્ગીય ફલ જ વિરહઆર્તિ છે. ભક્તના વિશુદ્ધ હૃદયમાં (કામ-ક્રોધાદિ દોષ દૂર થયા પછી) પ્રભુના પધાર્યા પછી દર્શનનો તીવ્ર તાપકલેશ જાગે છે. તે તાપકલેશ અથવા

પ્રભુના દર્શનની પરમ આર્તિને ભગવાન મહોત્સવ રૂપ જાણે છે. આ તાપકલેશ દુઃખ નથી, પણ પુષ્ટિ ભકત માટે મહોત્સવ છે. શુદ્ધ પુષ્ટિ ભકત બનતા ભકતને આવો તાકલેશ થવો જ જોઇએ. આવો વિરહતાપ સમજવા આપણે વ્રજભકતોને યાદ કરવાં જોઇએ. વૈષ્ણવે તાપકલેશ માટે વ્રજભકતોની રીત જ આચરવી. સંયોગમાં સેવા, દર્શન વગેરે કરવાં અને અનોસરમાં તાપકલેશ અર્થે પ્રભુનાં ગુણગાન ગાવાં, જેથી ભકતના હદયમાં વિરહતાપનો ભાગ જાગશે. આ માર્ગમાં વૈષ્ણવ જેમ જેમ ચિત્ત લગાડીને ભગવત્ સેવા કરશે તેમ તેમ તેના હદયમાં શ્રી કૃષ્ણના દર્શનનો તાપ ક્રમ ક્રમે વધશે. જ્યારે તાપ પરાકાષ્ઠાએ પહોંચશે ત્યારે લૌકિક દોષો દૂર થઇ દીનતા પ્રગટશે, જેથી દેહ અલૌકિક બનશે. અને પ્રભુની લીલાનો તે અનુભવ કરી શકશે.

શ્રી ગુંસાઇજીના સેવક રાજા આશકરણ રમણ રેતીમાં એક ટેકરી પર વિપ્રયોગમાં મગ્ન થઇ રાત-દિવસ બેસી રહેતાં. આ તાપકલેશની તીવ્રતા દિવસે દિવસે એટલી બધી વધી ગઇ કે એના ફળરૂપે તેઓને હોળિખેલની લીલાના સાક્ષાત્ દર્શન રમણ રેતીમાં થયાં. માટે વૈષ્ણવે વિપ્રયોગાગ્નિનો ભાવ લાવી તેને દ્રઢ કરવાનો પ્રયત્ન કરવો જોઇએ. વૈષ્ણવે મનમાં પ્રભુને વિનંતી કરવી જોઇએ કે "હે નાથ ! હું આપના દર્શન વિના દુઃખી છું. આપ મારી ઉપેક્ષા કયા સુધી કરશો ? આપ તો દયાળુ છો, મને ખાત્રી છે કે આપ મારો ત્યાગ તો કરવાના નથી!"

નિરોધ લક્ષણ ગ્રંથમાં શ્રીમહાપ્રભુજી આજ્ઞા કરે છે કે, જ્યારે નિજજનોનાં હદયમાં તાપકલેશ થાય છે ત્યારે દયાળુ પ્રભુ જેઓ ભકતના હદયમાં જ રહેલા હોય છે. તે કૃપા કરીને ભકતના હદયમાંથી બહાર પ્રગટ થઇ ભકતને દર્શન આપે છે.

પ્રત્યેક વૈષ્ણવે માનવું કે પોતાના હદયમાં પ્રભુ બિરાજે છે. તેમ સમજી બધાં કાર્યો અહંતા - મમતા છોડી, ભગવાનને

અર્પણ કરીને જ કરવાં. આનાથી ભકતના હદયમાં તાપકલેશનો ભાવ પ્રગટશે.

શ્રીગુંસાઈજી વિજ્ઞપ્તિમાં તાપકલેશ બતાવતાં શ્રીઠાકોરજીને કહે છે કે "આ સંસાર સાગરમાંથી પાર ઉતારવા કે ડૂબાડવા આપના શ્રીહસ્તમાં છે"

પુષ્ટિમાર્ગમાં શ્રી ઠાકોરજીની સેવા, કથા, ગુણગાન વગેરે તાપકલેશ પૂર્વક થાય તો પુષ્ટિ ફળ મળે. માટે વિપ્રયોગ આર્તિ એટલે પ્રભુથી વિછુર્યા છીએ એવી આર્તિ વૈષ્ણવે સતત કરવી. આપણને પ્રભુના દર્શન કયારે થશે ? તેમની લીલાનો રસ અમે કયારે અનુભવીશું ? આવું સતત વિચારવું. આમ શ્રીહરિરાયજી આજ્ઞા કરે છે કે તાપકલેશની આવી અવસ્થાનું વૈષ્ણવે સદા સર્વદા ભાવન કરવું. તાપકલેશ આર્તિના ભાવ વિના થતી સેવા, સંભળાતી કથા અને કરવામાં આવતા ગુણગાન પુષ્ટિમાર્ગમાં ફળ આપી શકતાં નથી. આર્તિની સિદ્ધિ માટે ભગવદીયોના સંગમાં એકાંત સ્થળે બેસીને વૈષ્ણવે નિઃસાધનતાનો વિચાર કરવો અને શરણ ભાવના કરવી, ભગવદિયો પાસેથી ગૂઢાર્થ સમજવા. શ્રીમહાપ્રભુજી અને શ્રીગુંસાઈજીએ રચેલા ગ્રંથોનું અવગાહન કરવું. ત્યારે વિપ્રયોગાગ્નિ સ્વરૂપ શ્રીમહાપ્રભુજી કૃપા કરીને વૈષ્ણવને વિપ્રયોગ આર્તિનું દાન કરે છે. જેથી વૈષ્ણવના હદયમાં તાપકલેશનું ભાવન કરવાની ભાવના પ્રગટશે.

ભગવદ્ પ્રાપ્તિમાં આ વિરહ જ સાધન બની શકે છે. આ માર્ગમાં જેટલી તાપ આર્તિ વધારે એટલું સ્વરૂપ દર્શન નજીક જેમ કે ગજજન ધાવન - પ્રભુદર્શનમાં ખૂબ પ્રિતી હતી. તે પાન લેવા ગયા તો પ્રભુ વિરહમાં દુકાનનાં પગથિયામાં પડી ગયા. આ બાજુ પ્રભુ કહે, "મારો ગજજન આવશે ત્યારે જ હું રાજભોગ આરોગીશ." જ્યારે ભકતને ભગવાન માટે આવા

વિરહભાવનું ભાવન થાય ત્યારે ભગવાનને પણ ભકતના વિરહનો તાપ જાગે છે. આવો છે પુષ્ટિમાર્ગ.

તાપભાવ એટલે કે તન્મયતા એ મરણ જેવી સ્થિતિ છે. જ્યારે મનુષ્ય મરણ અવસ્થામાં હોય છે ત્યારે તે ભગવાન સાથે અદ્વૈત બની જાય છે. જેમકે સાકરની અંદર મીઠાશ. આ ભૂમિકામાં ભકત પ્રભુના સ્વરૂપના પરમાનંદના અનુભવ સુધીની અવસ્થાએ પહોંચી જાય છે. એટલે વૈષ્ણવના હદયમાં તાપભાવ જાગે, ત્યારે પ્રભુ હદયમાં પધારી તેના તાપમાં એટલી વૃદ્ધિ કરે છે કે ભકત જગતને ભૂલી ભગવાનમય બની જાય છે. આનાથી વધારે ફળ શું હોય ?

(૧૯) ગૃહાદિષુ વૈરાગ્યેણ:
(ગૃહ+આદિષુવૈરાગ્યેણ)

ગૃહાદિષુ એટલે ઘર વગેરેમાં , એટલે કે ઘર, પુત્ર, પતિ, પત્ની અને દેહના સંબંધિઓમાં આસક્તિ ન રાખવી. ગીતામાં ભગવાને કહ્યું છે કે "સંસાર તો સબળો રહે મન મારી પાસે" ભાવનો સંબંધ મન સાથે છે. મન જો લૌકિકમાં વૈરાગ્ય ધારણ કરે અને ભગવદ્ કાર્યમાં જ જો તે જોડાયેલું રહે તો પછી તે ગૃહ વગેરેમાં આસકત થશે નહીં. વૈરાગ્ય એટલે સંન્યાસ નહિ. પણ આસક્તિ રહિત સંસારના કાર્યો કરવા તે.

ભગવદ્ ભાવના પોષણ માટે વિષયોમાંથી મનને દૂર કરવું એટલે કે વૈરાગ્યરૂપી પડદો નાખી દેવો. જો વૈષ્ણવ મનથી ઘર તરફ વૈરાગ્ય કેળવે તો ઘર તરફની આસક્તિ ધીમે ધીમે ઓછી થઈ જાય અને છેવટે નિવૃત્ત થઈ પ્રભુ તરફ ભાવ રાખવાવાળી બની જશે.

શ્રીહરિરાયજી - ઘર વગેરેમાં વૈરાગ્ય ભાવ કેળવવાનું જીવને સમજાવે છે. વૈરાગ્ય એટલે રાગ અને પ્રેમનો અભાવ. જે વસ્તુઓ આપણને પ્રભુથી વિમુખ કરનારી હોય તે ભાવમાં બાધક બને છે. આમ ઘર, સ્ત્રી, પુત્ર, વગેરેમાં રાગ ઓછો થાય તો પ્રભુમાં રાગ વધે, હૃદયમાંથી - મનમાંથી એક વસ્તુ કાઢી જગ્યા કરીએ તો બીજી સમાય. વૈષ્ણવના હૃદયમાં જ્યારે ભગવાન માટે સ્નેહ જાગે છે ત્યારે સંસારની વસ્તુઓ પ્રત્યેનો રાગ સહજ ઘટી જાય છે. અને ભગવાન પ્રત્યેનો રાગ વધતો જાય છે. લૌકિક રાગ ઓછો થવા પ્રભુકૃપા જ કારણ બને છે. વૈષ્ણવને પ્રભુમાં પ્રેમ થયા પછી પુત્ર, પત્ની વગેરે જો પ્રભુમાં પ્રીતિ ન ધરાવે તો તે બધાં તેને ગમતાં નથી.

પ્રભુ સાથે સંબંધ થયા પછી જેઓ પ્રભુથી વિમુખ હોય તેના તરફ વૈષ્ણવને ભાવ થતો નથી. એટલે તેમનો ત્યાગ કરતાં પણ તે અચકાતા નથી. ભકત તો ઘરમાં વસે છે. પણ ધર્મશાળામાં જેમ મુસાફર રહે તે રીતે ઘરમાં રહે છે. ઘરમાં, રહેવાથી જો સેવા - સ્મરણમાં અંતરાય નડે તો મનથી તેણે માનવું માનવું કે ગમે તે પરિસ્થિતિમાં પણ પ્રભુ મારું રક્ષણ કરશે.

દયારામભાઈ ખૂબ આત્મસંયમી હતાં. દયારામભાઈ એમના એક પદમાં વૈષ્ણવને શિખામણ આપે છે કે જગતના તમામ સંબંધો ખોટા છે, એક સાચું સગપણ પ્રભુનું જ છે. જગતનાં બધાં જ સગાં - વ્હાલાં મિત્રો આપણા સાચા સગાં નથી, પણ કામ અને પૈસાના સંબંધીઓ છે. તેમની કામના પૂર્ણ થઈ જાય એટલે જાણે કે આપણને ઓળખતા પણ નથી. માટે વૈષ્ણવે સંબંધ કેવળ પ્રભુ સાથે જ રાખવો, તે જ સાચો સંબંધ છે, જે અખંડ રહે છે. દાસ ભાવથી એકવાર શરણ સ્વીકાર્યુ હોય તો પ્રભુ તેને કદી છોડતા નથી, પણ તેને પોતાનો જાણીને બિરદાવે છે. તેના સુખદુ:ખના સાથી તેઓ પોતે બને છે.

શ્લોક છઠ્ઠો:

(૨૦) શ્રીકૃષ્ણ વિરહસ્ફૂર્તે:

વૈષ્ણવે શ્રીઠાકોરજીના વિરહની સ્ફૂર્તિ કરવી, વિરહ અને વિપ્રયોગ આ બે શબ્દો આપણે સમજી લેવા જોઈએ. વિરહમાં "વિ" + "રહ" એમ બે શબ્દો છે. "વિ" એટલે વિશેષ અને રહ એટલે એકાંત – વિશેષ એકાંત મળતાં જેની ખૂબ ખૂબ યાદ આવે. પોતાના પ્રાણપ્યારા પ્રભુ-પ્રિયતમ વિના રહેવાય નહીં તે વિરહ કહેવાય.

વિપ્રયોગમાં - વિ+પ્ર+યોગ એમ ત્રણ શબ્દો છે. વિ એટલે વિશેષ પ્ર એટલે ખૂબ ઉત્સુકતાપૂર્વક અને યોગ એટલે મળવું. જ્યારે આપણે કોઈકને મનની એકાગ્રતા પૂર્વક મળીએ એ ભાવની સ્થિતિ એટલે વિપ્રયોગ. વિરહ પછીની આગળની આ અવસ્થા એટલે વિપ્રયોગ. વિરહમાંથી વિપ્રયોગની સ્થિતિએ પહોંચાય.

આ જીવ ભગવાનનો અંશ હોવા છતાં અંશીને ભૂલી ગયો છે. તેથી વૈષ્ણવને અંશીના વિરહનું સ્ફુરણ થાય તે માટે શ્રીમહાપ્રભુજી એ વૈષ્ણવને બ્રહ્મસંબંધની દીક્ષા આપી. તેને અંશી એવા શ્રીઠાકોરજીની સેવા સોંપી. સેવા કરતાં કરતાં વૈષ્ણવને

પોતાના સેવ્યસ્વરૂપમાં મન ચોંટે, સેવ્ય સ્વરૂપ તરફ મનનું ખેંચાણ થાય, વૈષ્ણવ તે વખતે પ્રભુના ગુણાનુવાદ ગાય અને સાથે સાથે પ્રભુની લીલાનું શ્રવણ-કીર્તન કરે. એમ કરતાં કરતાં સેવ્ય સ્વરૂપ પર વૈષ્ણવને પ્રેમ પ્રગટે. પ્રભુને નિષ્કામ સહજ સ્નેહ જ ગમે છે. નિર્વિકાર શુદ્ધ પ્રેમથી ભગવાન ભકતને આધીન થઇ જાય છે. તે એવા આધીન થઇ જાય છે કે ભગવાન સ્વયં ભકતની પાછળ ફરે છે. ગોપીજનો ભગવાનના વિરહમાં ભગવાનને ખોળવા વનવન કુંજ ભટકયા પણ તેમને કોઇ સ્થળે પ્રભુ ન મળ્યા. છેવટે વિરહમાં દીન બની, નિઃસાધન બન્યા, હૈયાફાટ રુદન કર્યુ, હૈયું હાથમાં ન રહ્યું, કેવળ શ્યામસુંદર મય બની ગયું, વાણી ખોવાઇ ગઇ, ગદ્ ગદ્ બની, નેત્રો અશ્રુ વરસાવવા લાગ્યાં, ત્યારે ભગવાન તેમની વચ્ચે પ્રગટ થયા અને તેમને દર્શન આપ્યાં. શ્રીહરિરાયજી વૈષ્ણવ માત્રને વિરહની આવી ભાવના કરવા આજ્ઞા આપે છે. જેમ ડૂબતો માણસ પાણીમાં હવા માટે તરફડે છે, તેમ જો વૈષ્ણવને પ્રભુ વિરહમાં તરફડાટ થાય તો જ તેને પ્રભુ દર્શન થાય. વૈષ્ણવે વ્રજભકતો જેવી ભાવના સેવાના અનોસરમાં કરવી. એમ કરતાં કરતાં વિરહની ભાવના કરવાની ટેવ પડશે. ટેવ દઢ તથાં વિરહભાવને કારણે વૈષ્ણવને પ્રભુની પ્રસન્નતા અને દર્શન બંનેની પ્રાપ્તિ થશે.

"શ્રીગોવર્ધનવાસી સાંવરે લાલ, તુમ બીન રહ્યો ન જાયહો", આપણે આવો ભાવ કેળવીએ તો ભગવદ્ ભાવનું અવશ્ય પોષણ થાય.

(૨૧) ભોગત્યાગાત્ તદ્ અર્થકાત્:

વૈષ્ણવે ભગવાન માટે ભોગનો ત્યાગ કરવો, કારણ કે લૌકિક ભોગો ભગવદ્ ભાવમાં બાધક છે. જીવ હજારો વર્ષોથી પ્રભુથી વિખૂટો પડયો છે. અને પ્રભુને ભૂલીને ઇન્દ્રિયોના વિષય ભોગમાં અટવાઈ ગયો છે. ઇન્દ્રિયોના વિષયોના ભોગો જીવનું અધઃપતન કરનાર છે.

જેણે જેણે પ્રેમ કર્યો છે તેને કદી સુખ મળ્યું નથી. પતંગિયા એ અગ્નિથી પ્રીત કરી તો તેણે અગ્નિમાં બળી પ્રાણ ખોયા, ભ્રમરાએ કમળમાં પ્રીત કરી તો રાત પડતાં કમળ બિડાઈ ગયું. મોટા લાકડાના બિંબને કોતરી નાખનાર ભ્રમરો કમળની પ્રીતિને લીધે કમળને કોતરીને બહાર ન આવ્યો. ગોપીજનો આ વાત પોતાના પર બંધબેસતી કરી દે છે. તેઓ કહે છે અમે શ્રીકૃષ્ણથી સ્નેહ કર્યો, પણ અમે તેમને મથુરા જતા રોકવા કાંઈ જ કરી શકયા નહિ. અને રડી રડીને છાનામાનાં તેમની રાહ જોતાં બેસી રહે છે.

જીવ જયારે ઇન્દ્રિય જન્ય સુખ ભોગવવા લોલુપ બની જાય છે, ત્યારે તે પ્રભુને ભૂલી જાય છે. તેને પ્રભુની સુધી બિલકુલ નથી આવતી. ઇન્દ્રિય જન્ય સુખ અલ્પ સુખ આપનારું છે અને તે સુખ કે આનંદ નથી પણ તેનો ભાસ છે. અંતે તો તે હજાર ઘણું દુઃખ આપનારું નિવડે છે. જીવમાં જયાં સુધી સારાસારનો, સત્ય અસત્યનો વિવેક ના આવે ત્યાં સુધી તેણે આ દુઃખ ભોગવવું જ રહ્યું.

મનુષ્યના બંધન અને મોક્ષનું કારણ મન છે. તે ઘડીમાં માખીની જેમ મધુ ઉપર બેસે છે અને ઘડીમાં વિષ્ટા ઉપર બેસે છે. જેણે મનને સંયમમાં રાખ્યું તેનો ભાવ વધવાનો જ. ગીતાજીમાં ભગવાને કહ્યું છે કે જીવાત્માએ પોતે પ્રયત્ન કરી

પોતાનો ઉદ્ધાર કરવાનો છે. શ્રી મહાપ્રભુજીએ સંન્યાસ નિર્ણય ગ્રંથમાં આજ્ઞા કરી છે કે **"વિષયોથી ભરેલા દેહવાળા જીવમાં હરિ કદી પધારત નથી."** એટલે કે ગંદકીથી ખદબદતી જગ્યાએ ઉત્તમ વસ્તુ ન રહે. પુષ્ટિમાર્ગમાં ઇન્દ્રિયજન્ય વિષયોનો ત્યાગ કરવાનો નથી કહ્યો, પણ તેમનું ભગવાનને સમર્પણ કરવાનું કહ્યું છે. નેત્રોથી શ્રીઠાકોરજીના દર્શન કરવા, કાનથી ભગવદ્ ગુણો - ભગવદ્ કથાનું શ્રવણ કરવું, નાકથી પ્રભુની પ્રસાદીમાળા અને તુલસીજીની સુગંધ લેવી, જીભથી પ્રભુનો પ્રસાદ લેવો, ગુણગાન ગાવા, હાથથી પ્રભુની સેવા કરવી, મનથી પ્રભુનું સ્મરણ કરવું એથી ઇન્દ્રિયો અલૌકિક વિષયોની વાહક બનશે. માટે ભગવાન શ્રીકૃષ્ણની આજ્ઞા અનુસાર જીવે જાતે જ આત્માનો ઉદ્ધાર કરવો. કોઈપણ સંજોગોમાં આત્માની અધોગતિ ન થાય તે જીવે સાચવવું. તેનો ઉદ્ધાર થાય તેમ કરવું. ઉદ્ધાર =ઉદ્ + હ. ઉદ્ = ઉપર, હ = ખેંચવું, આમ ઉદ્ધાર એટલે જીવાત્માની ઉર્ધ્વગતિ (ઉપર ખેંચવાની ક્રિયા)કરવી.જીવનમાં મનુષ્ય પશુમાંથી-પ્રાકૃત મનુષ્ય

પ્રાકૃત મનુષ્યમાંથી - સંસ્કારી મનુષ્ય
સંસ્કારી મનુષ્યમાંથી - ભગવદ્ ભકત
ભગવદ્ ભકતમાંથી - ભગવદીય
અને ભગવદીયમાંથી - તાદશી વૈષ્ણવ બને.

આનું જ નામ ઉર્ધ્વગતિ કે ઉદ્ધાર. જીવ કદાચ ભકતમાંથી ભગવદીય ન બની શકે તો કમસે કમ અભકત કે આસુરી જીવ ન બને એટલું તો જરૂર ધ્યાન રાખવું જ. જીવે વારંવાર મનથી પ્રભુને સ્તુતિ કરવી કે હે પ્રભુ ! આપની કૃપાથી હું ભગવદ્ ભાવ તરફ ઉપર જવા જરૂર પ્રયત્ન કરીશ અને કદાચ ઉપર ન

જઈ શકું તો જ્યાં છું ત્યાં રહેવા પ્રયત્ન કરીશ અને રહીશ જ. જે અને જેટલા ભગવદ્ ભાવની ભેટ મળી છે તે કદી ગુમાવીશ નહીં. અને જાળવી રાખવા સતત પ્રયત્ન કરીશ. લૌકિક ભોગો તરફ જતા મનને સતત સંયમમાં રાખીશ.

આપણી જીવનરૂપી ડોલમાં અનેક છીદ્રો પડયા છે. તે છિદ્રો પુરવાનું કામ આપણે કરીએ તો યે ઘણું છે. જેમ કે, દંભ, દ્વેષ, ક્રોધ, લોભ, અભિમાન વગેરે દૂર કરવા પ્રયત્ન કરવા, આમ આસુરી દુર્ગુણો લાવનાર છીદ્રો બંધ થવા લાગતાં જીવનરૂપી ડોલમાં સદ્ગુણો રૂપી જળ આપોઆપ ભરાવા લાગશે. અને તેનાથી પ્રભુ માટેના પ્રેમનો, વૈષ્ણવો પ્રત્યેના સ્નેહનો અને ગુરૂ પ્રત્યેની સેવાનો હોંજ આપોઆપ ભરાવા લાગશે. આમ વિષયજન્ય ભોગો જીવે ધીમે ધીમે ત્યજવા પ્રયત્ન કરવાનો છે. અને કટિબધ્ધ થવાનું છે, તો પ્રભુ જરૂર સહાયક બનશે. "ભાવો ભાવનયા સિધ્ધ:" ભાવની સિધ્ધિ ભાવદ્વારા જ થશે. આ ઇન્દ્રિયો રૂપી ઘોડાઓને મનરૂપી લગામથી કાબુમાં રાખવા જીવે સતત પ્રયત્ન કરવાનો છે. નાગદમનલીલા એ ઇન્દ્રિયો રૂપી નાગમાં વિષયોરૂપી જે ઝેર ભરેલું છે એનું દમન કરવાનું છે અને એ દમન કરવાની લીલા તે નાગદમન લીલા છે. દમન કરવું એટલે દિશા બદલવી મારવું નહીં. ઇન્દ્રિયોને વિષયગામીમાંથી પ્રભુગામી બનાવવી. અને તે માટે સતત અષ્ટપ્રહર પ્રભુ સ્મરણ કરવાની શ્રી હરિરાયજી આજ્ઞા કરે છે. આમ ધીમે ધીમે સતત સતર્ક રહી સર્વે ઇન્દ્રિયો પ્રભુ તરફ વાળવાથી જીવના ભગવદ્ ભાવનું પોષણ થશે.

(૨૨) શ્રીકૃષ્ણ મેલના ભાવત્:
(શ્રી કૃષ્ણ + મેલન + અભાવત્)

જીવ હજારો વર્ષોથી ભગવાનથી છૂટો પડયો છે. તેનું જીવને હૃદયમાં દુ:ખ થવું જોઈએ. આનું દુ:ખ જીવને બિલકુલ થતું નથી. પણ લૌકિક વિરહની બાબત હોય તો જીવ ને ઘણું દુ:ખ થાય છે, દિકરો પરદેશ ગયો હોય અને ઘરમાં કોઈ પ્રસંગ આવે તો મા દીકરા ને યાદ કરીને વિરહના આંસુ સારે છે. પણ આ જીવ ભગવાનથી છૂટો પડયો છે, તેનું દુ:ખ જીવને થવું જોઈએ તે થતું નથી, જે અલૌકિક વિરહનું દુ:ખ છે, જીવને એ દુ:ખ વારંવાર થવું જાઈએ, વાણી ગદ્દ ગદ્દ થવી જાઈએ, નયનોમાંથી અશ્રુધાર વહેવી જાઈએ, અરે રે! પ્રભુથી વિખૂટા પડે ઘણો સમય વીતી ગયો. આખો જન્મારો વિતવા આવ્યો, છતા મને પ્રભુનું મિલન નથી થયું. આવું દુ:ખ જીવને થવું જ જોઈએ. જો જીવને આવું દુ:ખ થાય તો તેથી જીવના ભગવદ્દ ભાવનું પોષણ થાય.

જીવ નાશવંત વસ્તુ મેળવવા જેટલો પરિશ્રમ લે છે, તેથી અર્ધો પરિશ્રમ પણ પ્રભુ પ્રાપ્તિ માટે કરે તો તેનું જીવન સાર્થક થઈ જાય. શ્રીમહાપ્રભુજીએ દૈવી જીવને પ્રભુ મિલન કરી આપવા બ્રહ્મસંબંધ દિક્ષા આપી કહ્યું કે, "હે જીવ! તું હજારો વર્ષોથી ભગવાન શ્રીકૃષ્ણથી વિખૂટો પડયો છે. હવે તું સેવારૂપી સાધન દ્વારા તારા હૃદયમાં પ્રભુમિલન માટે વિરહનો ભાવ જગાડ જે" શ્રીમહાપ્રભુજીની આ આજ્ઞા અનુસાર જીવના હૃદયમાં પ્રભુમિલનનો તાપ-કલેશ નિત્ય થવો જોઈએ. આપણે પ્રભુને પ્રાર્થના કરવી જોઈએ કે "હે કૃપાનાથ ! તારાં દર્શન માટે તો તેં મને નેત્રો આપ્યાં છે અને તું દર્શન તો આપતો નથી" જીવને આવી આર્તિ, આવો તાપ-કલેશ ત્યારે જ થાય જ્યારે

તેનાં આંતરચક્ષુ ઉઘડે, સૂરદાસજીને નેત્રો ન હતાં. પણ તેઓ દર્શન દિવ્યચક્ષુથી કરતાં અને જેવા દર્શન કરતાં તેવા જ પ્રભુ - સ્વરૂપનું કીર્તન રચી ગાતા.

શ્રીહરિરાયજી જીવને આજ્ઞા કરે છે કે જીવે પ્રભુમિલનના અભાવ ના દુઃખનું વારંવાર સ્મરણ કરવું જોઈએ. અને પોતાની જાતને ઉદ્દેશીને કહેવું જોઈએ કે, **"હે જીવ ! (હે વૈષ્ણવ) તારો ખરો સ્વામી તો શ્રી ઠાકોરજી છે. તે પ્રિયતમનું તને મિલન થતું નથી. તેથી તેમનાં મિલનનું તું દુઃખ કર."** વળી વૈષ્ણવને તેવા દુઃખની અનુભૂતિ તથાં વાણી ગદ્ ગદ્ બનવી જોઈએ.

"ગદ્ ગદ્ ગિરા, લોચન અશ્રુધાર, પ્રેમપલક તનુ છાચે."

આવી પરિસ્થિતિ જ્યારે જીવની થાય ત્યારે તેના હૃદયમાં પ્રભુ માટેના ભાવનું પોષણ થાય. વળી જીવે પ્રભુને દર્શન આપવાં કરગરવું જોઈએ કે **"હે ગોકુલાધીશ ! હે ગોપીજનવલ્લભા હે ગોપીશ ! હે ગોપીજનના પ્રાણાધીશ ! હે દિનાનાથ ! હે દિનબંધુ ! હે ગોપાળ ! હે ગોવિંદા ! હે મધુસુદન! આપ મને કયારે મળશો ?"** આમ વૈષ્ણવે વારંવાર પ્રભુમિલન માટે દીનભાવથી, નિઃસાધન બનીને શ્રી ઠાકોરજીને વિનંતી કરવી જોઈએ. જો વૈષ્ણવ ભાવપૂર્વક પ્રભુમિલન માટે આવી કાકલૂદી કરે તો તેનાં ભાવનું સુંદર રીતે પોષણ થશે. જ્યારે કૃષ્ણ વ્રજ છોડીને મથૂરા જાય છે ત્યારે ગોપીઓને જેવો વિરહ થાય છે તેવો વિરહ - તલસાટ વૈષ્ણવે - જીવે પ્રભુ મિલન માટે અનુભવવો જોઈએ. જેથી પ્રભુ - મિલનમાં આ પ્રકારનો ભાવ જીવને સહાયક થશે - વૈષ્ણવના હૃદયમાં પ્રભુમિલન માટે તાપ પ્રગટશે.

(૨૩) ઉદાસીનીતયા સ્થિતે:

વૈષ્ણવે લૌકિક વૈદિક કાર્ય કરવામાં - વ્યવહારમાં ઉદાસીનતા પૂર્વક રહેવું. એમાં ઉદાસીનતા હશે તો અલૌકિકમાં આનંદ જાગશે. દહીં અને દૂધ બન્નેમાં પગ રાખવાથી જીવના બન્ને બગડશે. એક મ્યાનમાં બે તલવાર ન રહી શકે. મન એક જ છે તેથી એક મનને પ્રભુમાં પરોવવા જગત તરફ ઉદાસીન બનવું જ પડશે.

આ સૃષિની રચના પ્રભુએ કરી છે. તો શ્રીહરિરાયજી જીવને શા માટે ઉદાસીનતા કેળવવાની આજ્ઞા કરતા હશે ? તેના સમાધાનમાં સમજવાનું કે આનંદ લેવા જીવ સામે બે વસ્તુઓ મૂકી છે. શ્રેયનું તત્વ છે અને બીજું પ્રેયનું તત્વ છે. પ્રેય તત્વ છે તે લૌકિક તત્વ હોઈ જીવમાત્રાને પ્રિય લાગે છે. પ્રેયનો આનંદ તો છે પણ અલ્પ આનંદ છે. આનંદનો આભાસ છે. થોડો વખત આનંદ મળ્યા પછી તે દુઃખમાં પરિણમે છે. પ્રેય તાત્કાલિક આનંદ આપે છે. અને આજનો જમાનો તાત્કાલિક સુખ શોધનારો છે. એટલે જગતના સામાન્ય જીવો ને શ્રેય કરતાં પ્રેય તરફ વિશેષ ઝોક હોય છે. પણ વૈષ્ણવે તો તે પ્રવાહ તરફ ઉદાસીનતા જ કેળવવી.

શ્રેય એટલે પ્રભુનું જ્ઞાન, પ્રભુની સેવાની ઈચ્છા, પ્રભુ સ્મરણ ની ઈચ્છા, સત્સંગ વગેરેની ઈચ્છા. આ માર્ગે જવામાં જ પ્રભુના ભાવનું પોષણ થાય છે. ભગવાન વિના જીવનું કોઈ સાચું સંબંધી નથી.

“બિનું ગોપાલ નહીં કોઈ અપનો”
કૌન પિતા, માતા, સુત, ભગિની,
યહ સબ જગત રૈનકો સપનો.

વૈષ્ણવે ધીમે ધીમે લૌકિક તરફ ઉદાસીન બનવા પ્રયત્ન કરવો.

ન લૌકિકે મતિ: કાર્યા, ભગવદ્ ભાવ બાધિકા ।
લૌકિકં વૈદિકં ચાપિ, સ્વયં સાધયિતા પ્રભુ: ॥

કૃપામાર્ગની આ બલિહારી છે. નિજજનો સેવા સ્મરણમાં આસકત રહે ત્યારે એના લૌકિક વૈદિક કાર્યો ભગવાન સ્વયં સિધ્ધ કરાવે છે. વૈષ્ણવે લૌકિક તરફ ઉદાસીનતા કેળવવી રાજા આશકરણે સત્તા, સંપતિ બધું છોડી ઉદાસીનતા રાખી રાજનું કામકાજ દિવાનને સોંપી તેઓ પ્રભુમય બનતા માનસી સુધી પહોંચી ગયા. આમ પ્રત્યેક વૈષ્ણવે લૌકિક તરફની આસકિત છોડવી. તેનાથી તેના ભગવદ્ ભાવને પોષણ મળશે.

શ્લોક સાતમો:

(૨૪) સેવાત: સર્વદા ચિત્તે:

શ્રી મહાપ્રભુજી બ્રહ્મસંબંધ લેનાર વૈષ્ણવને શ્રીઠાકોરજીનું સ્વરૂપ પધરાવી આપે છે ને આજ્ઞા કરે છે કે, આ મારું સર્વસ્વ છે. તેને છોડીને તું કયાંય ન જઇશ. પ્રભુને સુખ કેમ થાય તેનું જ ચિંતન અહર્નિશ કર્યા કરજે.

'સિધ્ધાંત મુકતાવલી' માં શ્રી મહાપ્રભુજી આજ્ઞા કરે છે કે 'કૃષ્ણ સેવા સદા કાર્યા.' આ શબ્દો એવો ભાવ બતાવે છે કે વૈષ્ણવે સતત પ્રતિપળ સેવાના વિચારોમાં જ ચિત્તને ગૂંથાયેલું રાખવું જોઇએ. તે એટલે સુધી કે 'અવ્યાવૃત્તો ભજેત કૃષ્ણમ્' જીવે અવ્યાવૃત થઇને શ્રીકૃષ્ણની સેવા કરવી જોઇએ. અવ્યાવૃત્તનો ભાવ જ એ છે કે હું મારું ભરણપોષણ કેવી રીતે કરીશ એ વિચાર પણ ન આવવો જોઇએ. જેમ અર્જુન પક્ષીની આંખ એકાગ્રતાને લીધે, એક જ લક્ષ્યને લીધે વીંધી શકયો. તેમ આપણું લક્ષ્ય પણ શ્રીઠાકોરજીની સેવા જ હોવું જોઇએ.

શ્રીકૃષ્ણ જન્મના દિવસથી માંડીને ફરી જન્મોત્સવ આવે તે ગાળા દરમ્યાન વૈષ્ણવે સતત ઉત્સવો અને સેવાનો વિચાર

કરવો જોઈએ. મનને એમાં જ નિમગ્ન રાખવું. જેથી કાળ પણ તેને અસર કરી શકે નહીં. સેવામાં ચિત્ત પરોવવા વૈષ્ણવને શરૂઆતમાં તનુ-વિત્તજા સેવા કરવાની શ્રીમહાપ્રભુજી આજ્ઞા કરે છે. તનુ-વિત્તજા સેવાથી પ્રભુમાં ભાવ જાગશે ને તેનું ચિત્ત પ્રભુમય બની જશે. સેવા સાવધાનીથી કરવી જોઈએ, સેવામાં પ્રેમ સ્વામી જેવો અને વાતસલ્ય ભાવ પુત્ર જેવો રાખવો જોઈએ. આપણે જે ઠાકોરજીની સેવા કરીએ છીએ **"તે સાક્ષાત પ્રભુ છે."** એવો ભાવ કેળવવો જોઈએ. મારા શ્રીઠાકોરજી મારી સાથે કેમ બોલતા નથી ? એમ વિચારતાં ગળું ગદ્ ગદ્ થવું જોઈએ અને આંખોમાંથી અશ્રુ ઝરવાં જોઈએ. **હે પ્રભુ ! મને વેણુનાદ કયારે સંભળાશે ?** આપે અડધી રાતે વેણુનાદ કરી ગોપીજનોને બોલવ્યા હતા તો તમારી આ દાસીને તો કોઈ દિવસ વેણુનાદ કરીને બોલાવો. જો વૈષ્ણવનો આર્તનાદ સાચા ભાવથી ભરેલો હશે તો અંતર્યામી પ્રભુ જરુર સેવાનો અંગિકાર કરીને તેમની માંગણી પૂરી કરશે.

જીવે દાસ ભાવથી, દીનતા રાખીને પ્રેમપૂર્વક શ્રીઠાકોરજીની સેવા કરવી જોઈએ. પ્રભુ તો દયાળું છે કે ભાવથી કરેલી રાઈ જેટલી સેવાને મેરુ સમાન ગણી સ્વીકારે છે. સેવામાં સતત પ્રભુના સુખનો જ વિચાર કરવો. પ્રભુને પ્રિય હોય અને ઉત્તમ હોય એવા પદાર્થો જ પ્રભુને ધરવા. ભોગ, રાગ અને શૃંગારથી પ્રભુને ખૂબ લાડ લડાવવાં. પ્રભુ પ્રસન્ન થાય એવી આપણી સેવાની પ્રત્યેક ક્રિયા હોવી જોઈએ. જે ભકત ભગવાનને પ્રસન્ન કરવાના હેતુથી સેવા કરે છે, તે ભકત પોતાનું સર્વસ્વ ભગવાનને પ્રસન્ન કરવા સમર્પણ કરી દે છે. જીવે મનમાં વિચારવું કે હું હરિનો દાસ છું તમે મારા સ્વામી છો. હું સેવક છું, આપ મારા સેવ્ય છો. વૈષ્ણવે પોતાના

ચિત્તમાં સેવાના જ વિચારો કરવા. જેથી કીટ ભ્રમર ન્યાયે તેનું ચિત્ત સેવામય બની જશે. ચિત્ત સેવામય બનતા તેના ભગવદ્ ભાવને ખૂબ સારું પોષણ મળશે.

(૨૫) તદ્ અધીનત્વ ભાવનાત્:

મારા માટે કે આ વિશ્વમાં જે કંઈ બની રહ્યું છે તે બધુ પ્રભુને આધીન રહીને જ બની રહ્યું છે.

જીવે હંમેશા એમ માનવું કે, હું પ્રભુને આધીન છું. મારું સર્વસ્વ પ્રભુને આધીન છે. આ વિશ્વ અને વિશ્વની બધી વસ્તુ પ્રભુને જ આધીન છે. પ્રભ કરાવે તેટલું બધા કરે છે. પ્રભ રાખે તેમ આપણે રહેવાનું છે. આ સિધ્ધાંત ને આપણે આપણા રોમ રોમમાં વણી લેવાનો છે. અભિમાન કેમ છોડવું અને બધું પ્રભુને આધીન છે તેમ માનવું, તે શ્રીહરિરાયજી પુષ્ટિજીવોને બતાવે છે.

"સ્વામી અધીનત્વ ભાવનાત્"

જીવ પ્રભુને આધીન છે તેવી ભાવના કરવાથી જીવમાં રહેલું "અહં" ધીમે ધીમે ઓગળી જશે. જીવમાં અનેક પ્રકારનો "અહં" જેમકે સત્તાનો, શક્તિનો, જ્ઞાનનો, સંપત્તિનો, રુપનો વગેરે વગેરે હોય છે. એ "અહં" જીવમાંથી ત્યારે જ છૂટે કે જ્યારે પ્રભુની જીવ ઉપર કૃપા ઉતરે. ઘણી વખત તો પ્રભુ પોતે જ જીવનો "અહં" ઉતારવા જીવની કસોટી કરે છે. અને તેને પોતાનો કરવા "અહં" ઓગાળી નાખે છે. ઉદ્ધવજીને ભગવાને ગોપીઓ પાસે એમના જ્ઞાનનો "અહં" ઉતારવા જ મોકલ્યા હતા. પ્રભુ જીવનો "અહં" સહજમાં ઉતારી નાખે છે. અને

તેને ભવપાર ઉતારે છે. જીવનું અજ્ઞાન દૂર થતાં તે સમજવા લાગે છે કે ખરે ખર **"સર્વ વસ્તુ પ્રભુને આધીન છે."** પ્રભુ પોતાના ભકતોનો "અહં" ઓગાળી નાખવા માટે ઘણી યુકિત પ્રયુકિતઓ કરે છે. અર્જુન તો ભગવાન શ્રીકૃષ્ણના સખા હતા, પ્રિય હતાં, છતાં ભગવાને અર્જુનનો ગર્વ પણ ઉતાર્યો હતો. પ્રભુએ ગજેન્દ્રના ગર્વનો પણ નાશ કર્યો હતો, જ્યારે તે નમ્ર બન્યો ત્યારે તેને તાર્યો. ઈન્દ્રનો "અહં" પણ પ્રભુએ ગોવર્ધન ધારણ કરી વ્રજનું રક્ષણ કરી ઉતાર્યો. આવા અનેક દ્રષ્ટાંતો પ્રભુએ જીવને પ્રત્યક્ષ બતાવ્યાં છે કે"જીવ કાંઈ કરી શકતો નથી." જગતની જડ અને ચેતન બધી વસ્તુઓની પ્રવૃત્તિ કેવળ પ્રભુને આધીન છે.

જીવે પ્રભુ પ્રત્યે દીન અને નિઃસાધન બનીને જીવવાનું છે. જ્યારે જ્યારે જીવમાં અહંકાર પ્રવેશ કરે ત્યારે તેણે દીનતાથી અને નમ્રતાથી તેને ઓગાળી નાખી, પ્રભુ પ્રત્યે આધીનત્વની ભાવના રાખવાની છે. જેમ જેમ જીવનો અહંકાર દૂર થતો જશે તેમ તેમ જીવ દીન અને નમ્ર બનતો જશે.

જશોદામાએ પ્રભુને બાંધવા અનેક દોરડાં ભેગા કર્યા. પરંતુ પ્રભને બાંધવા જતાં દરેક દોરડું દરેક વખતે બે આંગળ અંતર ઘટતું. આ બે આંગળનું અંત્તર એજ ગર્વ. ગર્વથી પ્રભુને બાંધવા જશો તો નહીં બંધાય. દીનતા થી પ્રભુ બંધાઇ જશે. પ્રભુને ન ગમતું હોય તેવું તત્વ વિશ્વમાં કોઈ હોય તો તે છે જીવનું "અહં". શ્રીહરિરાયજી પૃષ્ટિજીવોને આજ્ઞા કરે છે કે જીવોએ એમ માનવું કે સર્વ વસ્તુ પ્રભુને આધીન છે. તેવી ભાવનાથી વૈષ્ણવના ભગવદ્ ભાવનું પોષણ થશે.

(૨૬) લીલાભિ: એવ સર્વાભિ:

પ્રભુએ કરેલ અનેક લીલાઓનું અનુસંધાન વૈષ્ણવે નિત્ય કરતાં રહેવું જોઇએ. ભગવાને અનેક પ્રકારની લીલાઓ જેવી કે, બાળલીલા, પોંગડ લીલા, કિશોર લીલા, કુમાર લીલા, રાજલીલા, પ્રૌઢલીલા વગેરે લીલાઓ કરેલી છે. આ લીલાઓ દ્વારા ભગવાને વ્રજવાસીઓના મનનો નિરોધ કર્યો છે. લીલા શબ્દ કેવળ પ્રભુની ક્રિયા માટે જ વપરાય છે. પ્રભુએ ક્રિયા સહજ રીતે ભકતના મનને પોતાના તરફ ખેંચવા-નિરોધ કરવા માટે જ કરેલી છે.

જેમકે શકટભંજન લીલા - યશોદાજી લૌકિકમાં મહેમાનોનું સ્વાગત કરવામાં મસ્ત હતાં, મહેમાનોનું સન્માન કરવામાં પ્રભુને ભૂલ્યાં, એટલે લાલો મનમાં સમજ ગયો કે યશોદામા વ્યવહાર કામમાં મને ભૂલી ગયાં છે એટલે લાલાએ પોતાની સ્મૃતિ તાજી કરાવવા પગ ઉંચો કરીને ગાડું ઊંધું વાળી દીધું. આ લીલાનો ભાવ એવો છે કે જે ભગવાનને ભૂલે છે તેનું ગાડું ઊંધુ વળે છે. જે ભગવાનને નજર સમક્ષ રાખીને વ્યવહાર કરે છે તેનો વ્યવહાર ભગવાન આનંદ થી પૂરો કરાવે છે.

શ્રી ઠાકોરજીએ તૃણાવર્ત લીલા કરી, તૃણાવર્ત એ રજોગુણનું પ્રતીક છે. જેમની આંખમાં રજોગુણ ભરાય એટલે તેને ભગવાન દેખાતા બંધ થાય, તે પ્રભુથી વિમુખ થાય. એટલે ભગવાન તેને પાડે. માટે જીવે સંસારની તરફ નહીં ખેંચાતા ભગવાન તરફ દષ્ટિ રાખવી. જેથી તેનું પતન નહિ થાય.

ભગવાને હવે વત્સપુચ્છાવલંબન લીલા કરી. ભગવાન ગૌશાળામાં જાય છે. ગાયો ભગવાનને જોઈ વાછરડાંને ભૂલી જાય છે. લાલો વાછરડાંની સાથે રમે છે. આખી ગૌશાળામાં વાછરડાઓનાં પૂછડાં પકડી ફરે છે. આ લીલા સમજાવે છે કે

પ્રભુએ જેમ પશુ પર પ્રેમ કર્યો છે તેમ આપણે પણ ગાયો જેવાં પશુઓ પર પ્રેમ કરવો જોઇએ.

એક વખત લાલો યશોદાજીની ગોદમાં સૂતા હતા ત્યારે લાલને બગાસુ આવ્યું. લાલએ તે વખતે યશોદાજીને મુખમાં બ્રહ્માંડનું દર્શન કરાવ્યું. તે લીલાનો ભાવ એવો છે· કે વૈષ્ણવ પ્રભુને જે આરોગાવે છે તે એકલા પ્રભુ આરોગતા નથી. પણ તેમનામાં સમાયેલું આખુ વિશ્વ તે આરોગે છે.

અરે ! જે ભગવાને વામન બનીને બે કદમમાં વિશ્વ માપી લીધું. તે ભગવાન (બાળક બની) ઘરનો ઉંબરો આજે ઓળંગી શકતા નથી. કૃષ્ણની આવી લીલાઓને જો વૈષ્ણવો વિચારે તો તેમના ભગવદ્ ભાવમાં વૃધ્ધિ થાય.

ભગવાને દાનલીલા દ્વારા પણ ગોપીઓનો નિરોધ કર્યો જેથી ગોપીઓએ પોતાનું સર્વસ્વ લાલાને ચરણે ઘરી દીધું.

આ રીતે વૈષ્ણવે ઠાકોરજીની અનેક લીલાઓનું વારંવાર અવગાહન કરવું. તો શ્રીહરિરાયજીની આજ્ઞા મુજબ વૈષ્ણવ પોતાના ભાવનું પોષણ કરી શકે અને તેનું મન હરિમય બની જાય.

(૨૭) દોષાણાં વિનિવૃત્તિત:

જીવના દોષોની નિવૃત્તિ થતાં તેના ભગવદ્ ભાવનું પોષણ થાય છે. શ્રી મહાપ્રભુજી "બાલબોધ" ગ્રંથમાં આજ્ઞા કરે છે કે "જીવા: સ્વભાવત: દુષ્ટા:" જીવો સ્વભાવથી દુષ્ટ છે. જીવનો સ્વભાવ અનેક દોષોથી ભરેલો છે. વાસ્તિવિક રીતે તો જીવ પ્રભુનો અંશ હોવાથી શુદ્ધ છે. પરંતુ જેમ વાસણ સાફ કરવામાં ન આવે તો તેના પર કાટ લાગે છે. તે એટલે સુધી કે વાસણ

કઇ ધાતુનું છે તે પણ નકકી કરવું મુશ્કેલ બની જાય છે. તે રીતે જીવ પ્રભુના જેવા જ શુધ્ધ સત્ત્વવાળો હોવા છતાં તેની આજુ બાજુ લૌકિક ના કામ, ક્રોધ, લોભ, મોહ, મત્સરરૂપી દોષોનો કાટ લાગવાથી જીવ દુષ્ટ બની ગયો છે, પામર બની ગયો છે, પરિણામે તેનામાં રહેલાં ભગવાનના ગુણો દૂર થઇ ગયા છે.

"સિધ્ધાંત રહસ્ય" ગ્રંથમાં શ્રીમહાપ્રભુજી નીચે પ્રમાણેના દોષ જીવને લાગે છે એમ જણાવે છે.

૧) **સહજ દોષ:** માતાપિતાની અપવિત્રતાથી રોગ સ્વરૂપે, આ દેહ આકાશ, વાયુ, અગ્નિ, જળ અને પૃથ્વી એ પંચ મહાભૂતોનો બનેલો છે, તો તેના દોષ જીવને લાગે છે. બીજું

અવિદ્યા એટલે કે અહંતા - મમતા રૂપી દોષો પણ જીવને લાગે છે. આ દોષો બ્રહ્મસંબંધ લેતી વખતે આપણે જે સેવા સ્વીકારીએ છીએ તેનાથી નિવૃત્ત થાય છે.

૨) **દેશથી થતા:** મારવાડ, મગધ, સિંધ, વગેરે દેશોને શાસ્ત્રોએ દોષવાળા અને અપવિત્ર ગણ્યા છે. બ્રહ્મસંબંધ લીધા પછી આપશ્રીની કૃપાથી જીવ આ દોષથી નિવૃત્ત થાય છે.

૩) **કાળથી થનાર:** અમુક મુહુર્તમાં અમુક કામ કરવું જોઇએ અને તે કાળ વીતી જાય તો તે કાર્યને કાળદોષ લાગે છે તેને કલિદોષ પણ કહે છે. આ દોષની નિવૃત્તિ માટે જીવે, નકકી કરેલા સમયે નકકી કરેલા કાર્યો કરવા જોઇએ.

૪) **સંયોગ દોષ:** બુદ્ધિપૂર્વક જે ઇચ્છાઓ કરવામાં આવે તે આ દોષથી થાય છે. સ્વધર્મ અને ભગવદ્ ધર્મ વિશે

આજ્ઞા થાય તે પણ સંયોગદોષ કહેવાય છે. બ્રહ્મસંબંધ પછી આ દોષની નિવૃત્તિ થાય છે.

૫) **સ્પર્શથી થનારા દોષ:** અજાણતા અને અનિચ્છાએ પણ કોઈ પદાર્થનો સ્પર્શ થઈ જતાં, અપવિત્ર વસ્તુ કે વ્યકિતને સ્પર્શ કરવાથી આ દોષ લાગે છે. તે પણ બ્રહ્મ સંબંધ લીધા પછી નિવૃત્તિ થાય છે. વેદમાં બીજા કેટલાક દોષો બતાવ્યા છે. પૂજા માર્ગમાં આ દોષોનું નિવારણ મહામહેનતે થાય છે. પરંતુ પુષ્ટિમાર્ગમાં બ્રહ્મ સંબંધ લીધા પછી આ બધા દોષોની નિવૃત્તિ થાય છે, અને આમ નિર્દોષ બનેલા ભકતની ભકિતપૂર્વકની સેવા પ્રભુ પ્રેમથી અંગિકાર કરે છે.

જીવના દોષો કર્મ, જ્ઞાન કે પ્રાયશ્ચિતથી કંઈ દૂર થતા નથી. પ્રાયશ્ચિત મનના સમાધન માટે છે, તેનાથી દોષની નિવૃતિ થતી નથી.

ગીતાજીમાં એમ કહ્યું છે કે જ્ઞાનથી દોષો દૂર થાય છે તે માટે વેદ વેદાંતનું પૂર્ણ જ્ઞાન મેળવવું પડે ત્યારે તે દોષો દૂર થાય છે. પણ હળાહળ કળિયુગમાં તીવ્ર વૈરાગ્ય વિના જ્ઞાન મેળવવું અસંભવિત છે તે શ્રીમહાપ્રભુજી સારી રીતે જાણતા હતા. એટલે તેમણે જીવોને દોષોથી નિવૃત્તિ કરવા સરળ માર્ગ બતાવ્યો. બ્રહ્મસંબંધ દ્વારા જીવ અને જીવની સતાના સર્વ પદાર્થો શુદ્ધ થાય છે. જીવે નિર્દોષ અને આનંદમય પ્રભુને પોતાનું સર્વસ્વ સમર્પણ કરવું. આ બધું ભગવાનનું છે એમ માની પ્રભુમાં ચિત્ત પરોવી સેવા, સ્મરણ કરવાં. બ્રહ્મસંબંધ લેવાથી સર્વ દોષની નિવૃત્તિ તો થાય છે, પણ તે દોષો ફરી ન લાગે, ન કરી બેસે તેની જીવે સાવધાની રાખવી જોઈએ.

જીવ બ્રહ્મસંબંધ લઈ આત્મનિવેદન કરે તેનો નકકી બીજો જન્મ થાય છે. તે ખંભાતના એક શાહુકાર શેઠ અને બ્રાહ્મણની વાર્તામાં સમજાવ્યું છે. બીજો જન્મ થવો એટલે કે સર્વ દોષની નિવૃત્તિ થવી. આમ સર્વ દોષો નિવૃત્ત થતા તેના ભગવદ્ ભાવનું પોષણ થાય છે.

શ્લોક આઠમો:

(૨૮) કૃષ્ણ સેવા કૃતે:

વૈષ્ણવે ભગવાન શ્રી કૃષ્ણની તનુ - વિત્તજા સેવા સાવધાની અને ભાવપૂર્વક કરવી. સેવા દરમ્યાન વૈષ્ણવે પોતાના ચિત્તને ભટકવા દેવું જોઇએ નહીં. સેવા કરતાં કરતાં જયારે વૈષ્ણવનું શરીર અને મન સારી રીતે સેવામાં પરોવાય ત્યારે સેવા શ્રેષ્ઠ બની જાય છે. ડ્રાઇવિંગ કરતી વખતે ડ્રાઇવરનું શરીર અને મન બંન્ને ક્રિયામાં - કાર્યમાં લાગેલું હોવું જોઇએ. જો મન બીજે ભટકે - વિચારોમાં ખોયેલું હોય તો એકસીડન્ટ થવાનો સંભવ હોય છે. તેમ સેવામાં દેહ એકલો કામ નથી આવતો. મન પણ સેવામાં પરોવાવું જોઇએ. વૈષ્ણવે પોતાના જ ધનનો વિનિયોગ શ્રીઠકોરજીની સેવામાં કરવો જોઇએ. શ્રીમહાપ્રભુજી સેવા માટે આજ્ઞા કરે છે કે "**કૃષ્ણ સેવા સદા કાર્યા**" આ પ્રભુ પ્રાપ્તિનું એક અમોઘ સાધન છે શ્રીહરિરાયજી પણ શ્રી કૃષ્ણની સેવા કરવાની આજ્ઞા કરે છે. "**કૃષ્ણ સેવા કૃતે**" ભગવાનના ઘણા અવતારો થયા છે. તે બધા વ્યૂહ, કલા કે અંશરૂપ અવતારો છે. જયારે શ્રી કૃષ્ણ પૂર્ણપુરુષોત્તમ છે એમ વેદ અને ઉપનિષદની વ્યાખ્યા ઉપરથી

સિદ્ધ થાય છે. શ્રી કૃષ્ણ પૂર્ણાનંદ છે અને જીવોના સર્વ પાપોનો નાશ કરી, બધાં દુઃખ દૂર કરી તેમનો ઉદ્ધાર કરનાર છે. તેઓ પોતાનો આનંદ અનંત સૃષ્ટિઓને આપે છે, છતાં તલ માત્ર પણ ઓછો થતો નથી. માટે વેદો પણ કહે છે કે જે શ્રી કૃષ્ણને ભજે તેને પૂર્ણાનંદ પ્રાપ્ત થાય છે. આવું સામર્થ્ય બીજા કોઈ દેવોમાં નથી.

શ્રી કૃષ્ણનું નામ અને સ્વરૂપ બંને ફલાત્મક છે. જીવ ભગવાનનો અંશ છે, ભગવાનનો દાસ છે, ભગવાન સ્વામિ છે, ભગવાન પિતા છે. તેથી દરેક જીવે ભગવદ્ સેવા દાસ અને પુત્ર ભાવે અવશ્ય કરવી જોઈએ. સેવા એજ પુષ્ટિમાર્ગમાં સાધન અને ફળ છે. સેવાનું ફળ સેવા છે. જે સુખ મોક્ષમાં નથી. તે સુખ સેવામાં છે. કારણ સેવામાં સાક્ષાત પ્રભુના સ્વરૂપાનંદનો લાભ મળે છે. પ્રભુ સાથે વાસ મળે છે. સેવા શરૂઆતમાં સાધનરૂપે કરવામાં આવે છે પછી ધીમે ધીમે તે આંતરરૂપા ફલાત્મિકા બને છે. આમ તનુ – વિતજા સેવા કરતા કરતાં વૈષ્ણવને માનસી સેવાની પ્રાપ્તિ થાય છે. શ્રીમહાપ્રભુજી માનસી સેવાને પરાભક્તિ કહે છે. વૈષ્ણવોએ ગોપીજનનો ભાવથી સેવા કરવી. સેવાએ આપણો આત્મધર્મ છે. સેવા સ્નેહની અભિવ્યક્તિ છે. સેવ્ય ના સુખ અને સંતોષ માટે સેવા છે. સાચો સ્નેહ નિષ્કામ હોય છે. વૈષ્ણવે નિષ્કામ ભાવે – કશી અપેક્ષા વગર સેવા કરવી જોઈએ. અપેક્ષા એક જ કે પ્રભુનું સુખ. એજ સેવકનો સાચો આનંદ. શ્રીહરિરાયજી ભગવદ્ ભાવના પોષણ માટે શ્રીકૃષ્ણની સેવાને પ્રધાન સાધન ગણે છે.

(૨૯) શ્રીમત્ સ્વામિની પરિતોષણાત્:

શ્રી સ્વામિનીજી પ્રસન્ન થાય તેવા ભાવનું વૈષ્ણવે આચરણ કરવું. શ્રી સ્વામિનીજીની ઇચ્છા પ્રમાણે શ્રીઠાકોરજી વર્તે છે. શ્રી સ્વામિનીજી ની કૃપા મેળવવા વૈષ્ણવે પ્રયત્ન કરવો જોઇએ. શ્રી મહાપ્રભુજી શ્રી સ્વાનિજી સ્વરૂપ છે. માટે જ શ્રીહરિરાયજી શિક્ષાપત્રમાં વારંવાર શ્રી મહાપ્રભુજીના ચરણારવિંદનો દઢઆશ્રય કરવાની આજ્ઞા કરે છે. પુષ્ટિમાર્ગમાં અધિકારની પ્રાપ્તિ થવી શ્રીમહાપ્રભુજીના હાથમાં છે. એટલે વૈષ્ણવે શ્રીમહાપ્રભુજીની કૃપા મેળવવા તેમણે કરેલી આજ્ઞાનું અક્ષરશ: પાલન કરવું. શ્રીમહાપ્રભુજી પ્રસન્ન થશે ત્યારે શ્રીઠાકોરજી કૃપા કરશે. નિત્યલીલામાં શ્રી મહાપ્રભુજીનું એક સ્વરૂપ શ્રી સ્વામિનીજી છે. **વૈષ્ણવની સેવાનાં તમામ બાધકો દૂર કરનારાં શ્રીસ્વામિનીજી છે.** શ્રી સ્વામિનીજી જો વૈષ્ણવ પર કૃપા કરે તો વૈષ્ણવ માટે કોઈ ફળ બાકી ન રહે. શ્રીસ્વામિનીજીની કૃપા વિના શ્યામના મિલનનું સુખ કોઈ ભકત ભોગવી શકતો નથી. કારણ કે **શ્રીસ્વામિનીજી શ્યામની સંયોગીતા શકિત** હોવાથી તેમની કૃપા વિના શ્યામનું મિલન શકય નથી. તેમના અનુગ્રહ વિના કોઈ ભકત સેવા કરવા બડભાગી બની શકતો નથી. સ્ત્રીભાવ વિના પુરુષ દેહથીવ્રજભકતો સહિત લીલાના દર્શન વૈષ્ણવને કદી ન થાય. સ્ત્રી ભાવનું દાન તો શ્રીસ્વામિનીજી ના હાથમાં છે. તેઓ કૃપા કરે ત્યારે જ સ્ત્રી ભાવ પ્રાપ્ત થતાં વૈષ્ણવને લીલાનાં દર્શન થાય. **"વૈષ્ણવે હંમેશાં શ્રીસ્વામિનીજીની પ્રસન્નતા માટે પ્રયત્ન કરતાં રહેવું જોઇએ."** શ્રી ગુંસાઇજી નિત્ય શ્રીસ્વામિનીજીને જ પ્રભુદર્શન કરાવવા પ્રાર્થના કરતા અને તેમની શરણ ભાવના રાખતા.

વૈષ્ણવે શ્રીસ્વામિનીજી સ્વરૂપ શ્રી મહાપ્રભુજીનાં ચરણોનો દઢ આશ્રય કરવો. ત્યારે શ્રીસ્વામિનીજીને સંતોષ થશે. અને તેમને સંતોષ થતાં પુષ્ટિમાર્ગનાં સર્વ ધર્મો તેઓ વૈષ્ણવના હદયમાં પ્રગટાવશે. શ્રીઠાકોરજીનું વિપ્રયોગાત્મક સ્વરૂપ શ્રી સ્વામિનીજીનાં હદયમાં બિરાજે છે. તેઓ વૈષ્ણવને ઉત્તમ દીનતા પ્રદાન કરશે. માટે વૈષ્ણવે શ્રી મહાપ્રભુજીનાં ચરણોનો દઢ આશ્રય કરવો એમ શ્રી હરિરાયજી આજ્ઞા કરે છે.

(૩૦) દાસ્યભાવનયા નિત્યમ્:

બ્રહ્મસંબંધ લીધા પછી વૈષ્ણવે શ્રી ઠાકોરજીની સેવા કરતાં નિત્ય દાસપણાની ભાવનાનું ભાવન કરવું. શ્રીમહાપ્રભુજી વૈષ્ણવની એ ભાવના જાળવી રાખવા બ્રહ્મસંબંધ લીધા પછી દાસ બની શ્રી ઠાકોરજીની સેવા કરવાની આજ્ઞા કરે છે. પ્રભુ સર્વકર્તુ સમર્થ હોવા છતાં, દાસ તરીકે વૈષ્ણવે, પ્રભુ તો બાલક છે તેવી ભાવના રાખી દાસ ભાવે શ્રી ઠાકોરજીની સંપૂર્ણ ટહેલ કરવી. દાસપણું એ પુષ્ટિમાર્ગની સેવામાં પ્રધાન તત્વ છે. **દાસપણું એ પરમધર્મ છે.** જે વૈષ્ણવ નિજેચ્છાથી શ્રીઠાકોરજીનું દાસપણું સ્વીકારે છે. તેનું દાસત્વ પ્રભુ સિદ્ધ કરે છે. જીવનું દાસપણું સનાતન અને સહજ છે. પુષ્ટિમાર્ગમાં દરેક ભકતના નામ પાછળ દાસ શબ્દ મૂકયો છે. તેનું કારણ પણ વૈષ્ણવને દાસપણાનું ભાન કરાવવા માટે છે. જેમકે દામોદરદાસ, પરમાનંદદાસ વગેરે. વૈષ્ણવો ભગવાન પાસે દાસપણાની વિનંતી કરે છે. અને એમાં જ એમના જીવનની કૃતાર્થતા છે. વૃત્રાસુર પ્રભુને સ્તુતિ કરે છે કે, "હે પ્રભોઃ મને જન્મજન્માન્તર સુધી દાસનો એ દાસ બનાવો." મુકિત નથી માગી. સ્વરૂપાનંદનો આનંદ લેવા

જીવનું જુદું અસ્તિવ જરૂરી છે. શ્રી ગિરિરાજજી શ્રીજીના ઉત્તમ ભકત હોઈ દાસોમાં ઉત્તમ દાસ એટલે કે શ્રીહરિદાસવર્ય ગણાય છે. શ્રીગુંસાઈજી કહે છે કે **"પુષ્ટિમાર્ગમાં પ્રભુનું દાસત્વ વૈષ્ણવને પ્રાપ્ત થાય તેને જ પુષ્ટિમાર્ગનો મોક્ષ ગણવામાં આવે છે."** આમ વૈષ્ણવનું સાચું સુખ તો ભગવાનનું દાસત્વ સ્વીકારી દાસ તરીકે શ્રી ઠાકોરજીની સેવા કરવામાં રહેલું છે. ભકત સૂરદાસજી દાસ તરીકે શ્રી વલ્લભનું શરણ સ્વીકારી દીનતાપૂર્વક કહે છે કે

"શ્રીવલ્લભ ભલે બૂરે તોઉ તેરે"

આમ સેવકપણાની અને દાસપણાની ભાવના રાખવાથી વૈષ્ણવના ભાવનું પોષણ થશે.

(૩૧) નિજ દૈન્ય વિભાવનાત્:

જીવ જો પોતાનામાં દીનતાની ભાવના કેળવે તો પણ જીવના ભગવદ્ ભાવનું પોષણ થાય. પુષ્ટિમાર્ગનો પાયો દીનતા પર રચાયો છે. દીનતા પુષ્ટિમાર્ગના પાયાનું સોપાન છે. વૈષ્ણવને પુષ્ટિમાર્ગના સિધ્ધાંતોનું જ્ઞાન હોય. સેવા, સ્મરણ, સત્સંગ કરતો હોય પણ તેનામાં દીનતાનો અભાવ હોય તો તેની ઈમારતનો પાયો કાચો કહેવાય. પ્રભુની પ્રસન્નતા માટે મનમાંથી અહંકારનો ભાવ દૂર કરી દીનતા પ્રાપ્ત કરવી. આ દીનતા એજ પ્રભુને પ્રસન્ન કરવાનું ઉત્તમ સાધન છે.

શ્રી હરિરાયજી આજ્ઞા કરે છે કે તાપભાવ દૈન્યનો સર્વ રીતે પ્રકાશ કરે છે. જયારે વૈષ્ણવના હદયમાં તાપભાવ પ્રગટે ત્યારે સહજ રીતે તેનામાં દીનતા આવશે. તાપભાવ અગ્નિ સમાન

છે. વૈષ્ણવના હદયમાં તાપભાવ પ્રગટે તો તેનાં અનેક જન્મોનાં વાચિક, વાચનિક અને માનસિક પાપો નો ક્ષય થાય. તાપાગ્નિ વૈષ્ણવના જન્મોજન્મનાં પાપોને બાળીને ભસ્મ કરી નાખે છે. અને વૈષ્ણવના હદયમાં રહેલી વિષયોની (કામ, ક્રોધ, આદી) મલિનતા અને અન્ય દોષોનો પણ નાશ કરે છે. પછી તેનામાં દૈન્યતાનો ઉદય થાય છે. વિરહ ભાવના જગાડવા પણ દીનતા ઉત્તમ સાધન છે. **દીનતા એ દાસપણાનું લક્ષણ છે.** દૈન્યભાવથી વૈષ્ણવના ભગવદ્ ભાવને પોષણ મળશે.

દાસપણાના ભાવથી વૈષ્ણવને એમ થશે કે પોતાની સર્વ શક્તિ અને સઘળું સામર્થ્ય પ્રભુનાં છે, પોતાનાં નથી. **"નમે તે ગમે"** તદ્ અનુસાર નમનાર જીવ પર પ્રભુ પ્રસન્ન થાય છે, તેના ઉપર પ્રભુની કૃપા ઉતરે છે. પ્રભુકૃપા જીવના ભાવગદ્ ભાવને પોષે છે.

વૈષ્ણવોની દીનતામાં નીડરતા અને નિર્ભયતા ભરેલી છે. નામર્દની દીનતા નથી. શ્રીમહાપ્રભુજી આજ્ઞા કરે છે કે **"મારો સેવક આધિ, વ્યાધિ અને ઉપાધિ સહન કરવાની શક્તિ વાળો અને ધીરજવાળો દીન હોય.**

દીનતા આવતાં જીવના હદયકાશમાં પ્રભુનો પ્રકાશ પથરાય છે. શ્રી ઠાકોરજી દીનબંધુ છે. એટલે દીન ભકત પર તેઓ દયા કરે જ છે. દૈન્ય યુકત વૈષ્ણવને પ્રભુ નિજાનંદનો અનુભવ કરાવે છે. સૂરદાસજી મનને કહે છે કે તું વૃક્ષ પાસેથી બુદ્ધિ લે. વૃક્ષ કેવું દીન છે તે તું જો. જે તેને પથ્થર મારે છે તેના પર તે ક્રોધ નથી કરતું પણ ફળ આપે છે અને જે તેને પાણી પીવડાવે છે તેના પર સ્નેહ પણ કરતું નથી. તે સ્થિતપ્રજ્ઞ જેવું છે.

શ્લોક નવમો:

(૩૨) નિજાચાર્ય પદાંભોજાશ્રયાદ્‌:
(નિજ + અચાર્ય + પદ + અંભોજ + આશ્રયાત્‌)

શ્રીમહપ્રભુજીના ચરણકમળોનો વૈષ્ણવે આશ્રય કરવો તે પ્રત્યેક વૈષ્ણવનો પરમ ધર્મ છે. પુષ્ટિમાર્ગ પ્રભુની કૃપાનો અને શ્રીમહાપ્રભુજીની કૃપાનો માર્ગ હોવાથી કૃપા મેળવવા અન્ય કોઇ સાધન નહિ કરતાં શ્રી મહાપ્રભુજીના ચરણ કમળનો જીવે દઢ આશ્રય રાખવો, કારણ કે શ્રી વલ્લભ પોતે જ પૂર્ણ પુરુષોત્તમ છે.

શ્રી વલ્લભના ચરણકમળમાં જે જીવ પોતાની પ્રીતિ બાંધીને રહે છે, તેના મનમાં લૌકિક કે વૈદિક વિચારો પ્રવેશતા નથી. આ હળાહળ કલિયુગમાં જેનું ભાગ્ય ફળ્યું હોય તેજ શ્રીવલ્લભના ચરણોનો આશ્રય કરે છે. શ્રી હરિરાયજી આજ્ઞા કરે છે કે ભગવાનની ઇચ્છા થાય તેજ તેમનાં ચરણોનો આશ્રય કરે છે. શ્રી મહાપ્રભુજી અગ્નિ સ્વરૂપ છે. શ્રી વલ્લભના ચરણકમળનું શરણ લેવાથી જીવના દોષો નિવૃત્ત થઈ જાય છે. જીવ પોતાના સાધનથી કાંઇ જ સિધ્ધ કરી શકતો નથી. કારણ કે જીવ દોષપૂર્ણ છે.

જે વૈષ્ણવો શ્રી આચાર્યશ્રીના યુગલ ચરણારવિંદમાં આસકત બને છે, તેમનું ચિત્ત સેવામાં એકાગ્ર બને છે. જયાં સુધી જીવમાં ગુરુ પ્રત્યે ભાવ જાગતો નથી ત્યાં સુધી જીવની ચિત્તવૃત્તિ સ્થિર થતી નથી. જે જીવનો શ્રી મહાપ્રભુજીના ચરણકમલમાં દઢ આશ્રય સ્થિર થાય છે, તેના પર ભગવાન પ્રસન્ન થાય છે, દયા કરે છે અને તેને સ્વરૂપાનંદનું દાન કરે છે. માટે જીવે ફલપ્રાપ્તિ માટે, અન્ય કોઈ સાધન નહીં કરતાં શ્રી વલ્લભના પદામ્બુજનો દઢ આશ્રય કરવો.

શ્રીમહાપ્રભુજી વિવેકધૈર્યાશ્રય ગ્રંથમાં આશ્રયનું મહત્વ બતાવતાં આજ્ઞા કરી છે કે "**કોઈ અશકય પ્રસંગ આવી પડે તો જીવે શ્રીહરિનું શરણ લેવું.**"

શ્રી આચાર્ય શ્રીમહાપ્રભુજીનાં ચરણકમળ ફલરૂપ છે. માટે તેને સદા હદયમાં ધારણ કરી આશ્રય કરવો. તમાં બધું આવી જાય છે. આ પ્રમાણે શ્રીહરિરાયજી ભાવના પોષણ માટે શ્રીઆચાર્યજીના ચરણકમળનો આશ્રય કરવાની આજ્ઞા કરે છે.

(33) અન્ય વિરાગત:

ભગવાન વિનાની બીજી બાબતો તરફ વૈરાગ્ય રાખવાથી ભગવદ્ ભાવને પોષણ મળે છે. ભગવાને જીવને દેહમાં ઇન્દ્રિયો આપી છે. અને તેના સુખ માટે વિષયો પણ આપ્યા છે. જો જીવ આ વિષયોને લૌકિક દષ્ટિએ ભોગવે તો તેનું અધ:પતન થાય છે. જે જીવો ભોગમાં આસકત હોય છે તેમાં આસુરી ભાવ રહેલા હોય છે. પરમ દયાળુ પ્રભુએ કૃપા કરીને મનુષ્યને એક વિલક્ષણ વિવેક શકિત આપી છે. તે વિવેક શકિતનો ઉપયોગ કરી વિષયોમાં વૈરાગ્ય કેળવે તો તે એટલી બધી શકિત પ્રાપ્ત

કરી શકે કે તે ભગવદ્ ભાવનું પોષણ કરી ભગવાનને વશ કરી શકે.

જીવ પ્રભુએ આપેલી વિવેક શક્તિનો અનાદર કરીને ભોગ ભોગવવામાં આસક્ત થાય, તે તેની પશુબુધ્ધિ છે. પશુ તો ભોગયોનિ જ છે. તેને વિવેક - સમજ નથી એટલે તેને કર્તવ્ય-અકર્તવ્યનો પશ્ર જ નથી.પરંતુ મનુષ્ય તો વિવેક શક્તિનો ઉપોયગ કરી સારાસારનો વિચાર કરી શકે છે. ચોરાસી લાખ યોનિમાં ફરતા ફરતાં આ મહામોંઘો મનુષ્ય દેહ તેને મળ્યો છે, તે ભોગો ભોગવવા માટે નહિ પરંતુ ભોગો તરફ વૈરાગ્ય રાખી પ્રભુ મેળવવા માટે છે.

જીવને ભોગો ભોગવવામાં મળતી મીઠાશ, આનંદ, સાચો નથી. નાશવંત છે. જીવને મનરૂપી ગજને નાથવા સંયમરૂપી અંકુશની જરૂર છે. સંયમિત મન અનેકગણું શક્તિમાન બની શકે છે. અને તે શક્તિ જીવને પ્રભુ મિલન કરાવી આપે. શ્રીઠાકોરજી **"કાલિયદમન"** ની લીલા કરી જીવને કહે છે કે વિષયોને દબાવવાની જરૂર નથી. દબાવવાથી તે સ્પ્રીંગની જેમ ગમે ત્યારે ઉછાળો મારશે. પણ જેમ શ્રીકૃષ્ણ કાલીયનાગની ફેણ ઉપર નાચ્યા હતા અને એને નાથ્યો હતો તેમ જીવે ઇન્દ્રિયોરૂપી સર્પની ફેણ ઉપર શ્રી કૃષ્ણને નચાવવા. એટલે કે ઇન્દ્રિયોની લગામ શ્રી ઠાકોરજીને સોંપી દેવી. એકે એક ઇન્દ્રીય ઉપર પ્રભુને પધરાવવા, અને વિષય વૈરાગ્ય કેળવવા રમણદ્વિપ રૂપી સંત્સગ મંડળમાં મોકલવી. જ્યાં તેમને ભક્તિ રૂપી રસ પ્રાપ્ત થાય. આમ દરેક ઇન્દ્રિયોને પ્રભુરસમાં તરબોળ કરવી. આંખથી દર્શન કરવા, કાનથી પ્રભુ-કીર્તન, કથા સાંભળવા, નાકથી પ્રભુની પ્રસાદી માળા તથા તુલસીજી સૂંઘવા, મોઢાથી પ્રભુ ગુણગાન ગાવા, હાથથી પ્રભુસેવા કરવી, માળાજી બનાવવા,

સામગ્રી સિદ્ધ કરવી, પ્રભુને શણગાર કરવા, મંદિરને સ્વચ્છ, સુઘડ કરી સુંદર બનાવવું, પગથી ચાલીને પ્રભુદર્શન કરવા, સત્સંગ કરવા જવું, વ્રજ પરિક્રમા કરવી વગેરે. આમ વિષયો તરફ વૈરાગ્ય રાખવા પ્રયત્ન કરવો.

આમ શ્રી હરિરાયજી આજ્ઞા કરે છે કે ભગવદ્ ભાવના પોષણ માટે પ્રભુ સિવાય બીજી બધી વસ્તુઓ તરફ વૈરાગ્ય રાખવો.

(૩૪) તદેકપરતા બુધ્ધયા:

જીવે ભાવના પોષણ માટે પ્રભુ પરાયણ બુદ્ધિ રાખવી. પ્રભુએ મનુષ્યને દેહ અને ઇન્દ્રિયો ઉપરાંત અંત:કરણ પણ આપ્યુ છે. આ અંત:કરણમાં મન અને બુદ્ધિ બંને આવેલાં છે. મન મરકટ જેવું છે. એને કુદકા મારવાની ખૂબ ટેવ છે. વિવેકરૂપી બુદ્ધિ ની લગામથી મનરૂપી મરકટને વશ કરી શકાય. મનુષ્યના મનમાં રહેલી બુદ્ધિ તેના ઉત્થાન અને પતનનું કારણ બને છે. આમ બુદ્ધિ શુદ્ધ, પવિત્ર, નિર્મળ હોય તો સારા ખોટાનો વિવેક બતાવી શકે. અને એવી બુદ્ધિમાં ભગવાન આવીને બિરાજશે.

જેવી બુદ્ધિ હોય તેવી તે જીવની કૃતિ અને આચરણ હોય છે.

શ્રી હરિરાયજી જીવને પ્રભુ માર્ગે જવા અને તના ભગવદ્ ભાવનું પોષણ કરવા બુદ્ધિને ભગવત્ પરાયણ બનાવવાની આજ્ઞા કરે છે. ભગવદ્ પરાયણ બુદ્ધિ ગોપીજનોની હતી. એટલે તેમને ઘરની પ્રવૃતિ કરતાં કરતાં પણ ભગવાનનાં દર્શન થતા. કોઇ વસ્તુનું નામ દેતાં પણ તેમનાથી ભગવાનનું નામ બોલી જવાતું. તેનું સુંદર દ્રષ્ટાંત એક ગોપીનું છે જે ગોરસ વેચવા

નીકળી હતી તે ગોરસ લ્યો ને બદલે "કોઇ માધવ લ્યો"ની બુમ પાડવા લાગી હતી અને ભકતવત્સલ ભગવાન પણ ભકતના વચન સિધ્ધ કરવા આપ મટુકીમાં પધાર્યા અને શેરીની વ્યકિત ને મટુકીમાં આબેહૂબ માધવના દર્શન થયાં અને તે દેહાનુંસંધાન ભુલી ગઇ.

જેની બુદ્ધિ ભગવત પરાયણ બની હોય તેને સર્વત્ર ભગવાન જ દેખાય છે. અને એની બુદ્ધિ ભગવાનમાં જ સ્થિર થઇ જાય છે. વાણી પણ ભગવાનનું જ નામ દે. ગોપીઓ ઘરના કામકાજ કરતાં કરતાં નયનોમાં આસું લાવી પ્રેમપૂર્વક ગદ્ ગદ્ કંઠે ભગવાન શ્રી કૃષ્ણની દિવ્યલીલાઓનું ગાન કરતી હતી. તેઓ શ્રીકૃષ્ણમય બુદ્ધિવાળી બની ગઇ હતી. ધન્ય છે આ ગોપીઓને !

ભગવદ્ પરાયણ બનેલી બુદ્ધિવાળા જીવો સૂકા પાંદડા જેવા હોય છે. સૂંકા પાંદડા પવન જે દિશામાં તેને લઇ જાય તે દિશામાં જાય છે. તેમ ભગવદ્ પારાયણ બુદ્ધિવાળા જીવો ભગવાનની ઇચ્છાઓમાં પોતાની ઇચ્છા ભેળવી દે છે. તે ભગવાન પાસે કાંઇજ માંગતો નથી. પ્રભુની પ્રસન્નતામાં જ તલ્લિન રહે છે. તેના પર ભગવાનનો પ્રેમ વરસે છે. તે પોતાનું સર્વસ્વ પ્રભુને સમર્પણ કરે છે. આવો જીવ એમ માને છે કે ભગવાન જે કરે છે તે જ થવું જોઇએ અને જે નથી કરવા ઇચ્છતા તે ન થવું જોઇએ. પ્રભુ હંમેશા ભકતનું ભલું જ ઇચ્છે છે અને તે પ્રમાણે જ કરે છે. જીવને તેનાં લાભાલાભનો ખ્યાલ જ હોતો નથી. જીવની દષ્ટિ ટૂંકી હોય છે. દીર્ઘ અને દિવ્ય નથી હોતી. શ્રી હરિરાયજી આજ્ઞા કરે છે કે જીવે ભગવદ્ ભાવના પોષણ માટે પ્રભુપરાયણ બુદ્ધિ રાખવી.

(૩૫) દૃઢ વિશ્વાસ રક્ષણાત્:

જે જીવ ભગવાનમાં દૃઢ વિશ્વાસ રાખે છે તેના વિશ્વાસનું ભગવાન રક્ષણ કરે છે. પરિણામે તેના ભગવદ્ ભાવનું પોષણ થાય છે.

દયારામભાઈ વૈષ્ણવને પ્રભુ પર વિશ્વાસ રાખવાનું કહે છે.

દયારામભાઈ જીવને શિખામણ આપે છે કે હે જીવ! તું દૃઢ વિશ્વાસ રાખ કે પ્રભુ જે કંઈ કરશે તેમાં તારું ભલું જ હશે. માટે ખોટી-અનિષ્ટની કલ્પનાઓ કરવાનું છોડી દે અને સેવા-સ્મરણમાં આસક્ત થઈ જા. એમાં જરાયે ઉણપ આવવા દઈશ નહીં. આ મોંઘો મનુષ્ય દેહ મળ્યો છે તેનો સૌથી મોટો લાભ એ છે કે જીવે પ્રભુનું ભજન કરી લેવું. આવી તક જીવને ફરી ફરી નહીં મળે.

શ્રીમહાપ્રભુજી "વિવેકધૈર્યાશ્રમ" ગ્રંથમાં આજ્ઞા કરે છે. કે વૈષ્ણવે પ્રભુમાં અવિશ્વાસ ન કરવો જોઈએ. અવિશ્વાસ બધી રીતે બાધક છે, મમતારહિત થઈ જે મળે તેનું જીવે સેવન કરવું. ગીતામાં ભગવાને કહ્યું છે કે અજ્ઞાની, અવિશ્વાસુ અને સંશયાત્માજીવોનો નાશ થાય છે. જે જીવમાં વિવેક નથી અને શ્રધ્ધા રહિત છે એવા જીવનું અધઃપતન થાય છે. સંશયાત્મા જીવ હંમેશા દ્વિધામાં રહેવાનો. એની બુદ્ધિ નિશ્ચયાત્મિકા નથી હોતી તેથી લોકોમાં તેના વ્યવહાર બગડી જાય છે. તે સારા ખોટાનો નિશ્ચય કરી શકતો નથી. માટે જીવે હંમેશા સંશયરહિત અને વિશ્વાસુ બનવું. વિશ્વાસ એ પ્રભુના ભાવનું પોષણ કરનારું મુખ્ય સાધન છે. "જો વૈષ્ણવ વિશ્વાસ પૂર્વક અષ્ટાક્ષરમંત્રનો જપ કરે તો તેના સર્વ કાર્ય સિદ્ધ થાય છે." અવિશ્વાસ ભક્તિમાં બાધક છે.

ગીતામાં ભગવાન કૃષ્ણે કહ્યું છે કે **"મારા ભકતનો કદી નાશ થતો નથી."** વૈષ્ણવે આ ભગવદ્ વાકય પર દૃઢ વિશ્વાસ રાખવો. વિશ્વાસ પથ્થરમાં પણ પ્રાણ પૂરી શકે છે, કઠોરને કોમળ બનાવી શકે છે, સ્વાર્થીને સ્નેહી બનાવી શકે છે.

જીવે પ્રભુમાં કદી અવિશ્વાસ ન કરવો, જો કરશે તો ભગવદ્ આશ્રય છૂટી જશે, ભગવાન તેનાથી દૂર ચાલ્યા જશે. અવિશ્વાસ એ જીવનનું ઝેર છે, એને લીધે સંબંધો બગડી જાય છે, તૂટી જાય છે. જીવન સંગીત બેસૂરું બની જાય છે, શંકા-કુશંકાઓ જાગે છે. અને છેવટે જીવનમાં જીવ માર્ગ શોધી શકતો નથી. અને તેના પતનની શરૂઆત થાય છે.

માટે જીવે ચાતક જેવો ભાવ પ્રભુમાં રાખવો જેથી તેના ભગવદ્ ભાવને પોષણ મળશે.

શ્લોક દસમો:

(૩૬) સર્વદા તદ્‌ગુણાલાપાત્:
(સર્વદા + તદ્‌ + ગુણ + આલાપાત્)

વૈષ્ણવે પોતાનામાં ભાવનું સિંચન કરવા કોઈપણ પ્રકારે હંમેશા પ્રભુનાં ગુણોનું ગાન કરવું, શ્રીહરિરાયજી આજ્ઞા કરે છે કે, ધર્મી અને તેના ધર્મો એટલે કે ભગવાન અને ભગવાનના ગુણો સમાન છે. ભગવાનના ગુણાનુવાદ ગાવામાં જીવને આનંદ આવવો જોઇએ.

જીવન ચાર દિવસનું ચાંદરણું છે, ક્યારે જીવનની જ્યોત બૂઝાઇ જશે તે ખબર પણ નહીં પડે. ત્યારે સંપતિ, સમૃધ્ધિ, વૈભવ, કીર્તિ, સતા બધું મૂકીને જીવને ચાલ્યા જવું પડે છે. તેનું જીવને ભાન છે. પણ માયાના સુખ જીવને મધ જેવાં મીઠાં લાગે છે. માયારૂપી ઝેરથી બચવા જીવે પ્રભુનાં ગુણગાન રૂપી ઔષધનું સેવન કરવું જોઇએ. જ્યાં સુધી જીવ ભગવાનના ગુણો ગાવાનો અભ્યાસ ન પાડે, ત્યાં સુધી જીવમાં ભગવાન માટે ભાવ જાગશે નહીં. **દુનિયાના તમામ સંબંધો ખોટા છે. સાચુ સગપણ એક પ્રભુનું જ છે. માટે જીવે પ્રભુ સાથે સંબંધ રાખવા પ્રભુના**

ગુણગાન નિત્ય ગાવા જોઈએ. ભગવાનના ગુણો એવા છે કે તે સર્વને પોતાના તરફ ખેંચી લે છે.

જીવને ભૂતલ ઉપર ઉત્પન્ન કરવાનો ભગવાનનો હેતુ જ એ છે કે જીવ પ્રભુનાં ગુણગાન ગાય. પ્રભુની લીલાનું સ્મરણ કરે અને કૃતાર્થ થાય. પણ ભૂતલ ઉપર આવેલા જીવ ભગવાનનાં ગુણ ગાવાને બદલે ભૌતિક ભોગો ભોગવવા અને સંપતિનો સંગ્રહ કરવામાં જ તત્પરતા પૂર્વક લાગેલા રહે છે. અને મનમાં પણ ભોગોનું ચિંતન કરતા રહે છે.

અહીં કહેવાનો ભાવ એ છે કે જીવ પ્રભુના ગુણગાન ગાવાને બદલે પ્રભુ વિમુખ થઈ રહ્યો છે. દેહના સગા સંબંધીઓમાં એવો લલચાઈ અને આસકત થઈ ગયો છે કે તેમાંથી છૂટવું જોઈએ તે જાણવા છતાં તે છોડવા તૈયાર નથી. લૌકિકમાં રહીને જીવ જે આનંદ ભોગવે છે તેનું ફળ લાખ યોનિ છે. તેમાંથી ૮૪ લાખ યોનિ છે. તેમાંથી મુકત થવાનું જો તેને સમજાય તો તે પ્રભુના ગુણગાન તરફ વળે, તેને જ સૂરદાસજી સાચી વિદ્યા કહે છે.

સૂરદાસજી કહે છે કે ગોવિંદના ગુણગાન ગાવામાં ભકતને જે સુખ મળે છે તે જપ, તપ વ્રત, સંયમ કે કોટિક તિર્થ નહાવાથી પણ મળતું નથી. કીર્તનો ગાતાં ગાતાં, જીવ જગતને ભૂલી જગદીશમય બની જશે ત્યારે પ્રભુ માટેના ભાવનો હદયમાં પાર નહીં રહે. પ્રભુના ગુણાનુવાદ ગાતાં ગાતાં તેની વાણી ગદ્ ગદ્ બની જાય. તેના લોચનમાથી અશ્રુની ધાર વહેવા માંડે અને આખા તનના રોમ રોમ પ્રભુ પ્રેમથી પુલકિત બની જાય ત્યારે માનવું કે ભકતની હદય ગુહામાં પ્રભુ પધાર્યા છે. હવે મારે મન ત્રણ લોકનું સુખ એક તણખલા સમાન છે. જે ભગવદ્ ગુણગાન દેહધર્મ ભુલાવી દે છે તે જ સાચાં ગુણગાન છે.

આમ શ્રીહરિરાયજી આજ્ઞા કરતાં કહે છે કે ભગવદ્ ભાવના પોષણ માટે ભગવદ્ ગુણાનુવાદ ગાવા.

(૩૭) તદીયજન સેવનાત્:

શ્રીહરિરાયજી શિક્ષાપત્રમાં ભગવદીયનાં બત્રીસ લક્ષણોનું નીરૂપણ કરે છે. તેમાનું એક લક્ષણ આપણે જોઇએ કે જેને પ્રભુમાં દઢ શ્રદ્ધા છે. **"પ્રભુ જો કરે સો ભુલી"** એવી દઢ ભકિત હોવાને કારણે ભગવદીયના હદયમાં કોઇપણ જાતની ચિંતા હોતી નથી તેને પરિણામે તેના હદયમાં કોઇપણ જાતના દોષ હોતા નથી. જેથી તેનું હદય શુદ્ધ, શાંત, સ્વસ્થ અને પ્રેમભાવથી ભરેલું હોય છે. આવા ભગવદીયના શુદ્ધ હદયમાં પ્રભુ પોતાની લીલાઓ સતત કરતાજ હોય છે. આવા ભગવદીયો પારસમણી જેવા છે. સદા કૃપાવંત રહે, કોઇનો દ્વેશ ન કરે, અન્યના અપરાધ સહન કરે, ક્ષમા કરે, બધાંની સાથે નિર્મળ ચિત્ત રાખે, સ્ત્રી, પુત્ર વગેરે પર પ્રભુનો સંબંધ વિચારીને પ્રેમ રાખે, સર્વના ઉપર ઉપકાર કરવાની વૃતિ રાખે, વિષયની તૃષ્ણા ન રાખે, પ્રસાદનો જ અંગિકાર કરે, પ્રસાદ ન્યૂન જ લે, પ્રસાદ ઘણો લેવાથી આળસ, નિદ્રા, રોગ વગેરે થાય. આથી પ્રભુની સેવામાં અંતરાય આવે. અહર્નિશ શ્રીઠાકોરજીનું સ્મરણ કર્યા કરે, સર્વ કાર્યમાં પ્રભુનું જ શરણ રાખે, સદા પ્રભુની સેવામાં તત્પર રહે, કદી ધીરજ ન છોડે, દોષોને વશ ન થાય પણ તેમને જીતે, અભિમાન ન કરે, ભગવદીયો સાથે મિત્ર થઇને રહે, પ્રભુની કૃપાને, પ્રભુના અને ભગવદીયના સ્વરૂપને વિચારતો રહે, પ્રભુ અને ભગવદીયના રહસ્ય ને પ્રગટ ન કરે, આવા ભકતને શ્રીગોકુળનાથજી તદીય કહે છે.

આવા તદિય ભકતોનું જીવે - ભકતે સેવન કરવું - તેમની ટહેલ- સેવા કરવી તો જીવને ઘણો લાભ થાય છે. કારણ કે આવા ભગવદીયો પ્રભુને ખૂબ પ્રિય હોય છે. અને પ્રભુના પ્રિયભકતોની સેવા કરવાથી પ્રભુ સેવા કરનાર જીવ ઉપર પ્રસન્ન થઈ કૃપા કરે છે. બીજું તદિય ભકતોમાં પ્રભુના ગુણો અને ધર્મોનો આવિર્ભાવ થયો હોય છે. માટે તેમની સેવા કરવાથી ભગવદીયો કૃપા કરી જીવમાં એ ગુણોનો સંચાર કરે છે. અને તે જીવ ધીમે ધીમે તદિય ભકત બને છે. આમ આવા ભકતો તો પારસમણી કરતાં પણ ઉચ્ચ કક્ષાના હોય છે. કારણ કે પારસમણી લોઢાને પારસમણી બનાવી શકતો નથી. જ્યારે તદિય ભકત ભકત ને તદિય બનાવે છે.

પદ્મનાભદાસની નાની પુત્રી અને જમાઈથી સેવા બનતી ન હતી પણ તેઓ વૈષ્ણવોની ખૂબ ભાવપૂર્વક ટહેલ કરતા એટલે શ્રી ઠાકોરજી કૃપા કરી એમને ત્યાં સાક્ષાત રાજભોગ આરોગતા હતા.

આમ ભગવદીયની ટહેલ કરવાથી વૈષ્ણવને પરમાનંદની પ્રાપ્તિ થાય છે. ભગવદીયની ટહેલ કરવા મળે તેને વૈષ્ણવે પોતાનું મહાભાગ્ય માનવું. ભગવદીયની ટહેલ મળવી બહુ દુર્લભ છે. પ્રાણના ભોગે પણ ભગવદીય વૈષ્ણવની ટહેલ કરવી જેથી ભકતના ભગવદ્ ભાવનું પોષણ થશે.

(૩૮) તદુકત કરણાદપિ:
(તદ્ + ઉકત + કરણાત્ + અપિ)

વૈષ્ણવે તાદશી ભગવદીયો જે કહે તે પ્રમાણે કરવું તેમની આજ્ઞા અનુસારના વર્તનથી વૈષ્ણવનો ભાવ દિનપ્રતિદિન વૃધ્ધિ પામે

છે. કૃપાપાત્ર જીવ ભગવદીયોઓ એ કહેલું કરવા જતાં ભૂલ કરી બેસે છે. કારણ કે તેઓ તેમાં પોતાની બુધ્ધિ ચલાવે છે. શ્રીગૂંસાઈજીએ એક વૈષ્ણવને રંગરેજને ત્યાંથી રંગેલો પાઘ લેવા મોકલ્યો ત્યારે તે લીધા વગર પાછો આવ્યો. શ્રીગૂંસાઈજીએ જ્યારે કારણ જાણ્યું તો કહ્યું કે, તે પાઘ કેવી રીતે રંગે છે એની તપાસ કરવા નહોતો મોકલ્યો, લેવા મોકલ્યો હતો. આમ ભગવદીઓએ જે આજ્ઞા કરી હોય તેને જ વૈષ્ણવે અનુસરવું. મનકલ્પિત આચરણ ન કરવું. ક્રિયા અંગે ચિકાશ ન કરવી. **ભગવદીયનું વચન માનવું એ જ શ્રેષ્ઠ પુષ્ટિ ધર્મ છે.** આવી ભાવના જ ભાવનું પોષણ કરી શકે. જે વૈષ્ણવો શ્રી હરિ - ગુરુ - વૈષ્ણવોનાં વચન અનુસાર કાર્ય કરે છે તેમના પર શ્રીઠાકોરજી કૃપા કરે જ છે. તાદશી વૈષ્ણવોમાં દિવ્ય સામર્થ્ય છે. ભગવાન તેમને વશ છે. ભગવાન ભક્ત પરાધીન છે, ભક્તનું વચન સત્ય કરનાર છે. તેમની લાજ-જવા દેતા નથી.

ભગવદીયોએ જે આજ્ઞા કરી હોય એ રીતે જો વૈષ્ણવ આચરણ કરશે તો સહજ રીતે તેના ભાવનું પોષણ થશે. એમની એમની વાણી જળસિંચનનું કામ ભાવના પોષણ માટે કરે છે. ભગવદીયોતો દઢ વિશ્વાસરૂપી સિંહાસન પર બેઠા હોય છે. ભગવદીય તો વૈષ્ણવને પોતાના જેવા ભગવદીય બનાવી તેના ભાવનું પોષણ કરી તેને છેક પ્રભુ સુધી પહોંચાડી શકે છે.

શ્લોક અગિયારમો:

(૩૯) અતદીય પરિત્યાગમ્:

શ્રીહરિરાયજી અવૈશ્ણવોનો ત્યાગ નહીં પણ પરી એટલે સંપૂર્ણ ત્યાગ એટલે અવૈષ્ણવનો છાંયો પણ ન લેવો એમ કહે છે પણ આવો ત્યાગ શા માટે કરવાનું આપશ્રી કહે છે તેનો વિચાર કરીએ.

કોઇ વૈષ્ણવે ખૂબ મહેનત કરીને ધન ભેગું કર્યુ હોય તે ધન ચોર લૂંટીના જાય માટે તેનું ચોર વગેરથી રક્ષણ કરશે. વૈષ્ણવને ભગવદ્ ભાવનો નિધિ પણ કંઇ એકદમ પ્રાપ્ત થયો હોતો નથી. તેણે ઘણો શ્રમ કરીને ભાવ સંચિત કર્યો હોય છે. હવે તેને જો અવૈષ્ણવનો સંગ થઇ જાય અને પોતે દઢ વૈષ્ણવ ન બન્યો હોય તો તે અવૈષ્ણવની વાતોમાં આવી જતાં ઘણા સમયથી ઘણો શ્રમ કરીને સંગ્રહ કરેલા ભગવદ્ ભાવમાં ધીમે ધીમે ઓટ આવવા માંડશે અને એક દિવસ તેનો ભાવ નષ્ટ થઇ જશે. શ્રીહરિરાયજી ભગવદ્ ભાવને અગ્નિ સ્વરૂપ ગણે છે. હવે પ્રજવલિત અગ્નિ ઉપર જો જળ રેડવામાં આવે તો અગ્નિ ઓલવાઇ જાય. તે ન્યાયે અવૈષ્ણવના સંગથી વૈષ્ણવમાં રહેલો ભાવ સંપૂર્ણતયા નષ્ટ થઇ જશે. અવૈષ્ણવ પાસેથી જીવને દુઃસંગ જ પ્રાપ્ત થાય

છે, શ્રીહરિરાયજી અવૈષ્ણવના દુ:સંગને રાક્ષસ સાથે સરખાવે છે. જો એ રાક્ષસના પંજામાં સાધન અવસ્થાનો ભકત સપડાઈ જાય તો તેના ભગવદ્ ભાવનો સંપૂર્ણત: નાશ થઈ જશે. અને તે ભકત પાછો ચોરાસીના ફેરામાં પડી જશે. ભગવદ્ ભાવ પ્રાપ્ત કરવો બહું જ કઠીન છે. પણ અવૈષ્ણવના દુ:સંગથી ક્ષણવારમાં જ તેનો વૈષ્ણવભાવ નાશ પામી જશે. સળગતી બીડીનો અજાણતાં પડેલો એક નાનો તણખો લાખો રૂપિયાના કપાસના માલનો નાશ કરી નાખે છે, તેમ લાખો રૂપિયા આપે પણ જેનું મૂલ્ય ન થાય એવો અમૂલ્ય ભગવદ્ ભાવ અવૈષ્ણવના દુ:સંગના તણખાથી અલ્પ સમયમાં જ નાશ પામી જશે.

અવૈષ્ણવ હંમેશા શ્રીમહાપ્રભુજીના વચનથી વિપરીત જ વચનો બોલે અને આ અહંતા-મમતાત્મક સંસારમાં આસકિત થાય એવી જ પ્રેરણા તે વૈષ્ણવને આપતો રહે છે. માટે શ્રીહરિરાયજી આજ્ઞા કરે છે કે સાધન અવસ્થાના વૈષ્ણવે કદી અવૈષ્ણવ પાસે જવું નહીં તે આપણા સર્વભાવનો નાશ કરાવશે. અવૈષ્ણવનો સંગ ભગવદ્ ભાવમાં બાધક છે. આ રીત રીતે અવૈષ્ણવનો ત્યાગ ભગવદ્ ભાવના પોષણ માટે અનિવાર્ય છે.

(૪૦) અનન્યજન સંગત:

વૈષ્ણવે અનન્ય ભગવદીયોનો જ સંગ કરવો. ભગવદીયો તીર્થરૂપી છે. તેમના હદયમાં ભગવાનનો સદા સર્વદા વાસ છે. કારણે કે ભગવદીયો ભગવાન જેવા છે. ભગવદીયોના દર્શન કરતાં જ જીવ પવિત્ર બને છે.

શ્રીમહાપ્રભુજી કહે છે જે ઉત્તમ ભગવદીયોતો સર્વસ્વનો પતિ, પત્ની, પુત્ર, પુત્રી, સંપતિ વગેરેનો ત્યાગ કરીને સદા પ્રભુમય બની પ્રભુના ગુણાનુવાદ ગાવામાં જ મગ્ન રહે

છે. આથી ભગવદીયો તો ભગવાન જેવા જ છે. ભગવાન ઉધ્ધવજીને કહે છે ભગવદીઓ સતત મારા જ ગુણાનુવાદ ગાતા હોય છે. આવા મારા ભગવદીયોની પાછળ પાછળ હું ફરું છું. જેથી તે ભગવદીયોની ચરણ રજ મારા પર પડે તો મારામાં રહેલા વિશ્વના અનંત જીવોને તે પવિત્ર કરે.

દયારામભાઇ કહે છે કે જે વૈષ્ણવ મહાભાગ્યશાળી હોય તેને જ ભગવદીયોનો મેળાપ થાય. ભગવાનની તો સેવા કરીએ ત્યારે પાપ નાશ પામે, પણ ભગવદીયોનાં તો દર્શન કરતાં જ પાપ નાસી જાય છે અને ત્રિવિધ તાપ નાશ થઇ જાય છે. આમ ભગવદીયો તો ભગવાનથી પણ અધિક છે. તેઓ પ્રેમલક્ષણા ભક્તિમાં ડુબેલા રહે છે. તેમનું સર્વસ્વ શ્યામસુંદર છે. તેઓ પોતાના પ્રત્યેક શ્વાસે શ્વાસે "શ્રીકૃષ્ણઃ શરણં મમં" મંત્રનું રટણ કરતા હોય છે. તેમની -દ્રિષ્ટમાં ક્ષમાં, દયા, સમદષ્ટિ અને સત્યનાં દર્શન થાય છે. તેઓ સંતોષી, સાત્વિક, વિવેકી અને દીન હોઇ ભજનાનંદમાં જ મહાલતા હોય છે. તેઓ પોતાનું સર્વસ્વ સમર્પણ કરીને સ્નેહ પૂર્વક પ્રભુ સેવા કરે છે અને પોતાના સ્વામી એવા પ્રભુ પર દઢ વિશ્વાસ ધરાવે છે. તેઓ ગુરુ, વૈષ્ણવ પર બહુ હેત રાખે છે. પ્રાણીમાત્રનું હિત ઇચ્છે છે. અન્યને મદદરૂપ બને છે. તેઓ પ્રભુમગ્ન રહે છે. તેઓ ઇન્દ્રિયજીત, અભિમાનરહિત, પવિત્ર અને મોહમાયાથી દૂર રહે છે. સદૈવ સત્સંગમાં ડૂબેલા રહે છે. આપણે પ્રભુને પ્રાર્થના કરીએ કે "હે પ્રભુ મને આવા વૈષ્ણવો ના દાસનોયે દાસ બનાવવાની કૃપા કરજો. આવા ભગવદીય ચરણ રજ સદાયે મારા શિર પર પડતી રહે તેવી મારી ઇચ્છા છે."

ભગવદીય તો એનુ નામ કે જે સામેની વ્યક્તિનો ભયંકરમાં ભયંકર દોષ હોય પણ તેને જોતાં તેને ગુણમાં ફેરવી નાખી સામેની વ્યક્તિ તરફ જરાયે કુભાવ ન લાવે. તેનામાં સદાય

પ્રેમ અને અલૌકિક બુધ્ધિ જ ભર્યા હોય. નારાયણદાસના સંગથી ઠગો પણ વૈષ્ણવ બન્યા.

આ માર્ગમાં ભગવદીયોનો સંગ જ મુખ્ય છે. તેનાથી આપણું અને આપણા ભક્તિભાવનું પોષણ થાય છે. ભગવદીયની કૃપાથી જ વૈષ્ણવને શ્રીમહાપ્રભુજી અને શ્રીઠાકોરજીની કૃપા પ્રાપ્ત થાય.

વૈષ્ણવનું સ્વરૂપ અલૌકિક જાણવું, પ્રાણીમાત્ર પ્રત્યે પ્રેમ રાખવાનો કહ્યો છે. તો વૈષ્ણવ પ્રત્યે દઢ પ્રેમ રાખવો એ તો વૈષ્ણવનું મુખ્ય કર્તવ્ય બની જાય છે. વૈષ્ણવમાં અલૌકિક બુધ્ધિ રાખવાથી વૈષ્ણવને પુષ્ટિમાર્ગ ફલિત થાય છે.

અહીં જે કંઈ બને છે તે પ્રભુની ઈચ્છાથી થાય છે. મનુષ્ય તો નિમિત માત્ર છે. ભગવાનની ઈચ્છાથી આપણું પ્રારબ્ધ ઘડાય છે. પ્રત્યેક જીવમાં વૈષ્ણવે ભગવાનને જોવાનો ભાવ રાખવો.

<blockquote>
"વૈષ્ણવ આવે આંગણે હસી નમાવે શીશ
વાંકે મનકી વે જાને, અપને મન જગદીશ."
</blockquote>

આવો નિર્મળ ભાવ રાખવાથી વૈષ્ણવના ભગવદ્ ભાવનું પોષણ થશે. માટે વૈષ્ણવે ભગવદીયોનો જ સંગ કરવો.

(૪૧) તદ્ ઉત્કર્ષ પરિસ્ફૂર્તે:

શ્રીહરિરાયજી આજ્ઞા કરે છે કે વૈષ્ણવે ભગવદીયના ઉત્કર્ષનો વિચાર કરવો. આચાર્યશ્રીનું કહેવું છે કે વૈષ્ણવે ભગવદીયની ઉર્ધ્વગતિ થાય, ઉન્નત અવસ્થાએ તે પહોંચે, તેના સેવા, સ્મરણ, સત્સંગમાં પ્રગતિ થાય તેવું હંમેશા વિચારવું. આનું નામ ભગવદીયો નો ઉત્કર્ષ વિચાર્યો ગણાય.

અહીં એમ વિચાર આવે કે ભગવદીય તો ભગવાન બરાબર છે. ભગવદીય સ્વયં ઉત્કર્ષ પામેલો છે. કયાં વૈષ્ણવ અને કયાં ભગવદીય છતા આચાર્યશ્રીએ આવી આજ્ઞા કેમ કરી હશે? ખૂબ ગહન વાત છે. ખૂબ વિચારવા જેવી વાત છે. શ્રીઆચાર્યશ્રી વૈષ્ણવના ભાવનું પોષણ કરવા આવી આજ્ઞા કરે છે.

સમજોકે વૈષ્ણવ કોઈ ભગવદીયને ઘરે ગયો. ભગવદીય અર્કિચન છે. તેની સેવાના સાધનો ટાંચા છે પણ સેવા સુંદર રીતે ઉત્કૃષ્ટ ભાવથી કરે છે, જેથી તેણે ઘરાવેલો ભોગ આરોગવા સાક્ષાત પ્રભુ પધારે છે. આ સંજોગો જોતા વૈષ્ણવને મનમાં ભાવ જાગે કે હું એને સારા સાધનો તેને ખબર ન પડે એ રીતે પહોચાડું તો તેને સેવામાં સુવિઘા થશે સરળતા રહેશે.

ભગવદીય તો ભગવાન જેવો છે સંતોષ એનું ઘન છે. તેને કોઈ વાતની ઉણપ નથી. છતાં વૈષ્ણવનો પરમ ઘર્મ બને છે કે તેણે ભગવદીયના ઉત્કર્ષનો વિચાર સમયે સમયે કરવો. એવા વિચાર માત્રથી વૈષ્ણવના ભગવદ ભાવનું પોષણ થશે.

જો ભગવદીય અચાનક આપણે ત્યાં આવે તો આપણે ગમે તેટલા લૌક્કિમાં ગૂંથાયેલા હોઈએ તો પણ તેમની સાથે ભગવદ્ વાતો જ કરવી જોઈએ. ભગવદીયને એમ લાગવું જોઈએ કે એને ત્યાં મારું આવવું સાર્થક થયું, એટલો વખત તો વૈષ્ણવ સાથે સત્સંગ થયો. એટલી ઘડી તો જિવાયું. આનું નામ વૈષ્ણવે ભગવદીયનો ઉત્કર્ષ વિચાર્યો કહેવાય.

ઘણા પ્રસંગોએ ભગવદીયમાં રહેલા ભાવોને ઝીલી લઈને ભગવદીયને એની ઇચ્છા-ભાવના પ્રમાણે અનુકુળતા કરી આપવા મનમાં વિચાર કરીએ તે પણ વૈષ્ણવના ભગવદ્ ભાવનું પોષણ કરનારું સાધન બને છે. અને તે ભગવદીયનો ઉત્કર્ષ કર્યો કહેવાય.

ગૂંસાઈજીની સેવિકા કાન્હબાઈની વાર્તા ભગવદીયનું મહાત્મ્ય સમજાવે છે. ભગવદીયના સ્વરૂપને સમજવું બહુ જ દુર્લભ છે. કાન્હબાઈ સાથે શ્રીઠાકોરજી સ્વયં વાતો કરે છે. એવી ભગવદીય બાઈનું સ્વરૂપ પેલો ભીતરીયો શું સમજી શકે? પણ ઠાકોરજી સ્વયં ભગવદીયને ત્યાં અનાચાર થવા દેતા નથી. કંઈ આચાર અશુદ્ધિ થતી હોય તો ભગવદીયને જણાવી સુધરાવે છે. માટે હંમેશા વૈષ્ણવે સમજાય કે ન સમજાય પણ ભગવદીયના ઉત્કર્ષનો જ વિચાર કરવો.

વૈષ્ણવે ભગવદીયના આચાર-વિચાર કદી જોવા નહીં. પરંતુ ભગવદીયનો ભગવાન સાથે કેટલો ભાવ છે તે જ વિચારવું, પુષ્ટિમાર્ગમાં પ્રભુ જીવની કૃતિ જોતા નથી, પણ તેનો સ્નેહ જુએ છે. પુષ્ટિ પ્રભુ કોઈ સાધનથી વશ થતા નથી, કેવળ સ્નેહથી વશ થાય છે. જ્યાં સાચો સ્નેહ હોય ત્યાં, સ્નેહનાં આવેશમાં દેહનું ભાન ન રહે, અપરસ ન સચવાય તો દોષરૂપ નથી. વૈષ્ણવની કૃતિ ન જોવી પણ તેની વૃત્તિ જોવી. શ્રીગૂંસાઈજીએ ચાચા હરિવંશજીને કહ્યું કે આપણે તો વૈષ્ણવમાં પ્રેમ, પ્રીતિ અને દીનતા જ જોવાના, તેનો આચાર નહીં. આમ વૈષ્ણવ ભગવદીયોનો સ્નેહ, ભાવ, પ્રીતિ જુએ તો જ તેણે ભગવદીયના ઉત્કર્ષનો વિચાર કર્યો કહેવાય અને તેવું વિચારે તોજ તેના ભાવનું પોષણ થાય.

(૪૨) ઇતર ત્રાલ્પબુદ્ધિત:

ભગવદીયો સિવાયના જીવોમાં અલ્પતા એટલે સામાન્યપણું છે એવી બુદ્ધિ રાખવી. ભગવદીયમાં રહેલું ભગવાનનું બળ, ભગવાનના ગુણ અલ્પ જીવ ક્યાંથી લાવવાનો. ગમે તેવો

બળવાન જીવ હશે પણ ભગવદીયના સામર્થ્ય આગળ તે ઝાંખો પડી જવાનો, તેનામાં અલ્પતા છે તેમ વૈષ્ણવે વિચારવું. પણ તેવું વિચારવામાં અંહની ગંધ સરખી પણ ન હોવી જોઈએ. ભગવદીયનું સ્વરૂપ અલૌકિક હોય છે.

કાશીના શેઠ પુરુષોત્તમદાસના દીકરાને થયું પિતા હવે વૃદ્ધ થયા છે હવે મારે સેવા કરવી જોઈએ. પિતા પુત્રના મનની વાત જાણી ગયા. તેને બોલાવી પોતે સામે ઉભા રહ્યા તો પુત્રને પિતાનો દેહ વીસ પચીસ વર્ષનો હોય તેવાં દર્શન થયાં. શું લૌકિક જીવ આવુ કરી શકશે ? હરગીઝ નહીં, ભગવદીયોના પ્રમાણમાં લૌકિક જીવો અલ્પ શકિતવાળા હોય છે એવું વૈષ્ણવે વિચારવું. પ્રારબ્ધ બળને ય બદલવાની શકિત ભગવદીયમાં હોય છે. શ્રીગૂંસાઈજીના સેવક વૈષ્ણવ મોચીએ છાશનું દૂધ બનાવીને બ્રાહ્મણોને આસ્વાદ કરાવ્યો હતો. આવું સામર્થ્ય ભગવદીયોમાં હોય છે.

ભગવદીય સદા સૌના ઉપર કૃપા રાખે છે. કદી જીવ પર ક્રોધ કરતા નથી. વાણી મધુર હોય છે. સત્ય જ બોલે છે. બુદ્ધિ નિર્મળ હોય છે. અસમર્પિત લેતા નથી. મહાપ્રસાદ પણ ઓછા પ્રમાણમાં લે છે જેથી સેવા-સ્રણમાં તેમને આળસ આવે નહીં અને શાંતિથી ભગવદ્ ભજન કરી શકે. જિતેન્દ્રિય હોવાથી શ્રીઠાકોરજીની સેવામાં અંતરાય નડતો નથી. સેવા પ્રેમથી કરે છે. સેવામાં સાવધાન રહે છે. નિરાભિમાની હોય છે. ભગવદીય વૈષ્ણવનો સદા આદર કરે છે. શ્રીહરિરાયજી આજ્ઞા કરે છે કે વૈષ્ણવે ભગવદીયો સિવાયના જીવોમાં અલ્પતાનો વિચાર કરવો.

શ્લોક બારમો:

(૪૩) એવં ભાવાત્ ચ સતતં વિહિતશ્રવણાદિભિ:

વૈષ્ણવે ભગવાનના ભાવપૂર્વક નિત્ય ગુણગાન સાંભળવા અને કીર્તનો કરવાં. જેથી તેના સર્વદોષની નિવૃતિ થશે. ભગવાનના સ્વરૂપ, ગુણ અને લીલાનું શ્રવણ કરવું, સ્વામાર્ગીય ભગવદ્ ધર્મનું શ્રવણ કરવું. ભગવદ્ ધર્મનું સ્વરૂપ બરાબર સમજવું. આવું શ્રવણ પ્રભુ માટે પ્રેમ વધારે છે. અને તેથી જીવને આનંદ મળે છે. જે ભગવાનના ગુણગાનથી આનંદ થાય તેના ગુણગાનનું શ્રવણ એજ ખરું શ્રવણ છે અને એનાથી આત્મસુખ જે ખરુ સુખ છે તે પ્રાપ્ત થાય છે.

ભગવદ્નામ શ્રવણ અગ્નિની ચિનગારી જેવું છે. અગ્નિની ચિનગારી સૂકા ઘાસનાં ઢગલે ઢગલાની થોડા જ સમયમાં રાખ કરી નાંખે છે. તેમ ભગવાનના નામનું, કથાનું શ્રવણ જીવના સર્વ દોષોનો નાશ કરી અંતઃકરણને એટલું બધું શુદ્ધ કરે છે કે પછી અંતઃકરણમાં પ્રભુનું સ્વરૂપ બિરાજે છે. શ્રવણથી પ્રભુમાં પ્રેમ, આસકિત ઉત્પન્ન થાય છે અને સંસારની વિસ્મૃતિ થાય

છે. ભકત કવિ દયારામભાઇ કહે છે કે શ્રીકૃષ્ણનું નામ કાનમાં પડતાં આપણું હદય પવિત્ર બને છે.

પુષ્ટિમાર્ગીય જીવે શ્રવણ પણ તાદશી વૈષ્ણવના મુખથી જ કરવું, ભગવદ્ નામ ભગવદ્ સ્વરૂપની જેમ અલૌકિક છે, છોવાતું પણ નથી તો પછી ભગવદ્ નામ અવૈષ્ણવના મુખે કેમ ન સાંભળવું ? તો એના અનુસંધાનમાં શ્રીહરિરાયચરણ આજ્ઞા કરે છે કે આપણે બીજાનું એઠું ખાતા નથી. કેવળ પ્રભુનું કે વલ્લભકૂળનું અઘરામૃત લઇએ છીએ. અન્યનું નહીં. તેવી રીતે ભગવદીયના હદયમાં પ્રભુ બિરાજ્યા છે, માટે તેમના મુખની વાણી ફલાત્મક બને છે. પણ અવૈષ્ણવના મુખની વાણીએ જૂઠણ છે. માટે અવૈષ્ણવના મુખની વાણી સાંભળવી નહીં.

ભગવદ્ વાર્તા શ્રવણ કર્યા પછી તેનું ચિંતન, મનન અને નિદિધ્યાસન કરવું જેથી શ્રવણ કરેલું યાદ રહે.

વેણુનાદનું શ્રવણ ગોપીજનોએ કર્યું અને તેમને ભજનાનંદ પ્રાપ્ત થયો. ભગવાનના કીર્તનોનું ગાન અને ચિંતન ભાવપૂર્વક કરવું જોઇએ. શ્રીકૃષ્ણનું કીર્તન જયાં નિત્ય થાય છે ત્યાં કોટિતીર્થ- આવીને ભકતને પવિત્ર કરે છે. કીર્તન નું ગાન શ્રોતાના ભાવનું પણ પોષણ કરે છે. પ્રભુના કીર્તન મધુર રાગથી ગાવાં જોઇએ. પણ પુષ્ટિમાર્ગમાં રાગ કરતાં ભાવનું મહત્વ વધારે છે. અષ્ટ સખાના કીર્તનોના ભાવ સમજીને કીર્તન કરવાથી વૈષ્ણવના હદયમાં પ્રભુ માટેના ભાવની જાગૃતિ થાય છે.

આમ જો વૈષ્ણવ પ્રભુના ગુણગાન શ્રવણ કરે, કીર્તનોનું ગાન કરે, તેનું ચિંતન કરે અને મનન કરે તો વૈષ્ણવના બધા દોષ અંત:કરણમાંથી દૂર થઇ તેનું હદય શુદ્ધ થાય છે. અને એવા શુદ્ધ હદયમાં પ્રભુ આવીને બિરાજી જાય છે. આમ સર્વ દોષો નિવૃત થતાં વૈષ્ણવના હદયમાં ભગવદ્ ભાવ પ્રગટે છે.

વૈષ્ણવનાં હદયમાં દોષો ભરેલા હશે ત્યાં સુધી તેને અંત:કરણમાં પ્રભુદર્શન નહિ થાય.

આમ પ્રભુના ગુણગાનનું શ્રવણ, કીર્તન, અને સ્મરણ કરતાં કરતાં જીવનું અંત:કરણ શુદ્ધ થઈ તેમાં પ્રભુ પધારતાં જીવના પ્રભુ માટેના ભાવની વૃદ્ધિ થાય છે. શ્રી હરિરાયજી આજ્ઞા કરે છે કે ભગવદ્ ભાવરુપી નિધિ શ્રીમહાપ્રભુજીની કૃપાથી આપણને પ્રાપ્ત થયો છે. તે તો દુર્લભ ખજાનો છે. જો આપણે તેને સાચવવા બેદરકાર રહીશું તો ક્યાંક ચોરાઈ જશે અને આપણે નિર્ધન બની જઈશું. એવું ન થાય તે માટે ભગવદ્ ભાવથી વિરુદ્ધ જે કાંઈ હોય તે બધી બાબતો દઢતાથી છોડી દેવી જોઇએ.

પ્રભુ સિવાયની બધી બાબતોમાંથી આપણો રાગ, આપણો ગમો, પ્રેમ નાશ પામે ત્યારે સમજવું કે પ્રભુમાં સ્નેહ થયો છે. પ્રભુમાં ભાવ દઢ રાખવા બુધ્ધિની નિશ્ચિયાત્મકતા જરૂરી છે.

> **"નિશ્ચયના મહેલમાં વસે મારો વાલમો,**
> **વસે વ્રજલાડીલો રે લોલ."**

આપણા હદયના ભગવદ્ ભાવનું પોષણ, વર્ધન, અને સંરક્ષણ કરતાં કરતાં આસકિતરુપી પુષ્પ અને વ્યસનરુપી ફળ પ્રાપ્ત થશે. આ અલૌકિક પ્રેમનો ભાવ એ જ ભગવત્ સ્વરૂપ છે.

આ અલૌકિક નિધિ, ખજાનો લૂટાંઇ ના જાય, ઓછો ના થઈ જાય તે માટે આપણે સતત સતર્ક રહી એનું રક્ષણ તેમજ પોષણ કરવું જોઇએ અને વૈષ્ણવે પ્રભુને પ્રાર્થના કરવી જોઇએ કે "હે પ્રભુ ! આપ મારા હદયમાં પધાર્યા છો તો હવે હંમેશને માટે અહીં જ બિરાજજો." હવે આવ્યા છો તો મારું આતિથ્ય માણો. જરાય તકલીફ નહીં પડવા દઉ, તમે જે જે ટહેલ કહેશો

તે બધી હું કરીશ. આ છે વૈષ્ણવનો ભાવ અને પ્રભુ તેના હદયમાં ભાવાત્મકરીતે આવીનેબિરાજી જાય છે.

આમ શ્રી હરિરારાયજીની આજ્ઞા પ્રમાણે ધીમે ધીમે પ્રયત્ન કરતાં અને એમણે બતાવેલા સાધનોનું સાવઘાની પૂર્વક આચરણ કરતાં વૈષ્ણવના ભગવદ્ ભાવનું સુંદર પોષણ થશે. અને અંતે તે પ્રેમ, આસકિત અને વ્યસન અવસ્થા સુઘી પહોંચી શકશે. પુષ્ટિમર્ગમાં ભાવનું પ્રાધાન્ય છે. અને સાધન કરતાં કૃપા મુખ્ય વસ્તુ છે.

શ્લોક તેરમો:

(૪૪) ભાગ્યવશાત્ તસ્મિન સિધ્ધયે:

ભગવાન કૃપા કરે અને વૈષ્ણવનું ભાગ્ય હોય તો તેના ભાવ સિધ્ધ થાય. ગમે તેટલી સાવધાનીથી સાધન કરીએ પણ પ્રભુ કૃપા થાય તો જ ભાવ પ્રગટે. ભાગ્યવશાત્ એટલે કે નસીબયોગે પ્રભુકૃપાથી ભાવ સિધ્ધ થાય તો પછી તે ભાવ જાળવવા વૈષ્ણવે સાવધાન રહેવું. વૈષ્ણવના ભાવની સિધ્ધિ થવી તે જ પુષ્ટિમાર્ગનું સર્વોત્તમ ફળ છે. પણ વૈષ્ણવે પ્રભુની કૃપાની રાહ જોઈ હાથપગ જોડી બેસી રહેવું ન જોઈએ. વૈષ્ણવ જાતે જ પોતાના ભાગ્યનો વિધાતા છે. **પ્રભુની કૃપા સર્વ પર વરસે છે પણ પ્રયત્ન આપણા હાથમાં છે.**

વૈષ્ણવ બ્રહ્મસંબંધ લઇ એમ માને કે પ્રભુકૃપા કરશે ત્યારે સેવા, ગુણગાન, કીર્તન ગાઇશું અને પ્રભુ પ્રાપ્તિ કરીશું, પરંતુ તે માન્યતા તદ્દન ખોટી છે. બ્રહ્મસંબંધ ગ્રહણ કર્યા પછી તેણે સ્વયં સેવા પધરાવી તનું - વિત્તજા સેવા ભાવથી કરવી અને સેવાના અનોસરમાં ભગવદ્ સ્મરણ, સત્સંગ, કથાશ્રવણ, કીર્તન, દર્શન, ભગવદીયોની ટહેલ વગેરે ભાવથી કરવા. તેથી દોષની નિવૃતિ થતાં હદય શુધ્ધ થશે. પછી ભાવાત્મક પ્રભુના હદયમાં દર્શન

થશે. પ્રભુનાં દર્શન એટલાં સહેલાં નથી. પ્રભુતો અંતર્યામી છે. વૈષ્ણવના ભાવેને સમજે છે કે મારો ભકત ભોળો છે કે દંભી, સકામી છે કે નિષ્કામી, તેણે કરેલું સમર્પણ સાચું છે કે બનાવટી તે બધાની કસોટી કર્યા પછી વૈષ્ણવના હદયના ભાવને જોઈને તેના પર કૃપા કરે છે.

આમ ભગવાનની સેવા, સ્મરણ, સત્સંગ ભાવ પ્રધાન છે. તે બધામાં ભાવ અને પ્રેમ મુખ્ય છે. અને સેવા, સ્મરણ અને સત્સંગ સહજ બનતાં વૈષ્ણવને ભગવાનમાં સહજ પ્રેમ થશે.

"સહજ પ્રીત ગોપાલને ભાવે"

પછીતો વૈષ્ણવને બીજા કશાની જરૂર નહિ રહે. ગોપીની જેમ ગાવા લાગશે.

"મેં આપનો મન હરિસોં જોર્યો,
હરિસોં જોરિ સબનસો તોર્યો,"

ગોપીએ લોકલાજ છોડી, આગળ પાછળનો વિચાર છોડી, લોકલાજ રૂપી મટૂકી ફોડી બુલંદ અવાજે બધાંને કહે છે જેને મારા માટે જે કહેવું હોય તે ભલે કહે પણ હું તો મારા પ્રભુની પ્રસન્નતા માટે જે કરવું પડશે તે કરીશ. લોકો વચ્ચે જઈ નૃત્ય પણ કરીશ. મેં તો મારા દેહ, પ્રાણ, સર્વને પ્રભુના પ્રેમરંગે રંગી દીધા છે. લૌકિક વૈદિક તો મેં તણખલાની માફક તોડીને ફેંકી દીધા છે. લોકોને મારી હાંસી કરવી હોય તો ભલે કરે, મને તેની જરાય પરવા નથી. પરમાનંદદાસ ગોપીનો આ ભાવ અને જુસ્સો જોઈ પ્રસન્ન થઈ જાય છે. પુષ્ટિમાર્ગમાં ભાવને જ સર્વોત્તમ ફળ માનવામાં આવે છે. માટે વૈષ્ણવોને શ્રીહરિરાયજી ભાવનો નિધિ સંચય કરવાની આજ્ઞા કરે છે. ભાવ હશે તો

વૈષ્ણવની પાછળ પાછળ ભગવાન ફરશે. આનાથી વિશેષ ફળ શું હોઇ શકે ?

પુષ્ટિમાર્ગની વિશિષ્ટતા તો જુઓ, કે જ્યારે પુષ્ટિભક્ત પ્રભુનાં દર્શન માટે ઉત્સુક થાય છે, ત્યારે પ્રભુ સ્વયં પુષ્ટિભક્તના દર્શન કરવા ભક્તથી એ વધારે ઉત્સુક બને છે. પુષ્ટિમાર્ગમાં ઉલટો ક્રમ જોવા, મળે છે. પ્રભુ પોતાના ભક્તને જોવા - મળવા વધારે ઉત્સુક હોય છે. આ બતાવે છે કે ભક્તના સાધન તદ્દન નિરુપયોગી છે. જીવ પોતે પ્રભુ માટેનો પ્રેમ હદયમાં ટકાવી રાખવા સમર્થ નથી. પ્રભુની સહાય હશે તો જ પ્રભુપ્રેમ ભક્તના હદયમાં ટકી શકશે. પોતાના અંતરંગ ભક્તનો પ્રેમ પોતાનામાં ટકી રહે માટે પ્રભુ જાતે જ ભક્તની મદદે આવે છે. જોકે પુષ્ટિજીવ તેવી ઇચ્છા રાખતો નથી કારણ કે તે માને છે કે તેથી પ્રભુને શ્રમ કે તે માને છે કે તેથી પ્રભુને શ્રમ પડશે. છતાં પણ નિરપેક્ષ ભક્તની મદદમાં પ્રભુ ખુદ આવે છે. જીવને પોતાની જીવબુધ્ધિથી કદાચ પ્રભુ પોતાનાથી દૂર જતો લાગે તો પણ પ્રભુ તેને કદીય છોડતા નથી. આ પુષ્ટિભક્તિની વિશિષ્ટતા છે.

શ્લોક ચૌદમો અને પંદરમો:

શ્રી કૃષ્ણે ગોકુળમાં વ્રજાંગનાઓની સાથે અનેક પ્રકારની લીલાઓ કરી હતી. એ બધી લીલાઓ ગોપીઓના હદયમાં એવી દઢ થઇ ગઇ હતી કે શ્રીકૃષ્ણ મથુરા ગયા પછી પણ તેઓએ તે લીલાની મધુર સ્મૃતિ દ્વારા પોતાના પ્રાણ ટકાવી રાખ્યા હતા.

ભગવાનનો હેતુ લીલા દ્વારા ભાવને ટકાવી રાખી સ્નેહનું સિંચન કરવાનો હતો. ભગવાને સાંઝીલીલા કરી. આ લીલા દ્વારા પ્રભુ, સ્વામિનીજી અને વ્રજાંગનાઓ અનેક સ્થળે અને પોતાને ઘેર એકબીજાને મળી શકતાં અને તે દ્વારા એમના સ્નેહભાવનું સિંચન થતું.

એવી જ રીતે ગોપી જયારે શ્રીયમુનાજીના ઘાટ ઉપર જલ ભરવા ગઇ ત્યારે ઘડો ભરી માથા ઉપર મૂકવા જતાં તેની દ્રષ્ટી શ્યામસુંદર ઉપર પડી અને નેત્રોના સ્નેહ દ્વારા તે મૂર્તિ એના હદયરૂપી ઘડામાં જઇને બિરાજી ગઇ. આમ ગોપી ગઇ જળ ભરવા અને ભરી લાવી છે સુદઢ સ્નેહ. ગોપીના ભૌતિક ઘડામાં શ્રી યમુનાજીનું ભોતીક જળ ભરેલું છે. પણ હદયરૂપી ઘડામાં સ્નેહરૂપી આધ્યાત્મીક જળ ભરેલું છે. જીવ જે ભાવથી શ્રીયમુનાજીની આરાધના કરે છે તે ભાવ તેને પ્રાપ્ત થાય છે.

આમ ગોપીના હૃદયરૂપી ઘડામાં શ્યામસુંદર વસી જતાં તેના હૃદયરૂપી ઘડાની સાર્થકતા થઈ.

આવી તો અનેક લીલાઓ શ્યામસુંદરે ગોકુળમાં રહી કરી અને તે લીલાઓ દ્વારા ગોપીજનોના મનમાં એવું દૃઢ સ્થાન જમાવ્યું કે શ્રીકૃષ્ણ ગોકુળ છોડી મથુરા ગયા છતાં ગોપીજનોના હૃદયમાં તો આ બધી લીલાઓની સ્મૃતિરૂપે તેઓ શાશ્વત બિરાજેલા રહ્યા. તેની અનુભૂતિ ગોપીજનોને હૃદયમાં સતત થતી જ રહી હતી. આમ માખણચોરી લીલા, દાનલીલા, માનલીલા, સાંઝીલીલા, પનઘટલીલા, જોશીલીલા, મણીયારલીલા, કાંસકીલીલા, છૂંદણાલીલા, ચોપાટલીલા, વગેરે લીલાઓ દ્વારા વ્રજાંગનાઓના હૃદય સિંહાસન પર દૃઢ સ્થાન જમાવી પછી તેઓ મથુરા ગયા. શ્રીકૃષ્ણ મથુરા જતી વખતે પોતાનું વાસુદેવ વ્યૂહરૂપ સ્વરૂપ તો વ્રજમાં મૂક્યું હતું. ભગવાન મનથી તો ગોકુળમાં જ રહ્યા છે. માટે શ્રીહરિરાયજી આજ્ઞા કરે છે કે "પૂર્વરૂપેણ વૈ હરિ:" પહેલાં જે લીલા કરતાં હતા તે લીલાઓ તો મથુરા ગયા છતાં ગોપીજનો સાથે શ્રીગોકુળમાં ભાવત્મક રીતે કરતાં જ રહ્યા હતા. મથુરા ગયા પછીની ભગવાનની શ્રીગોકુળમાં થતી લીલાઓ ભાવાત્મક અને નિત્ય છે.

શ્રીકૃષ્ણ મથુરા પધાર્યા પછી ગોપીજનોને તેમના વિરહનું દુઃખ ગોકુળમાં થાય છે. તેમ શ્રીકૃષ્ણ પણ ભગવાન હોવા છતાં વિરહનાં અશ્રુ સારે છે. ગોપીજનોને વિરહનું જે દુઃખ થાય છે તેનાથી તેમના ભાવના પોષણ માટે શ્રીકૃષ્ણ ઉદ્ધવજીને શ્રીગોકુલમાં મોકલે છે. ઉદ્ધવજીને એમના જ્ઞાનનું ઘમંડ હતું. તેઓ ગોપીઓને નિર્ગુણ-નિરાકાર પ્રભુની વાતો કરે છે. પણ ગોપીજનો તો સાકાર શ્રીકૃષ્ણની પ્રેમભક્તિની વાતો ઉદ્ધવજી આગળ કરે છે, ઉદ્ધવજી ગોપીજનોના પ્રેમને સાચા ભગવાન

માને છે. તેઓ કહે છે ધન્ય છે આ ગોપીઓ કે જેમણે પ્રેમલક્ષણા ભક્તિ દ્વારા શ્રીકૃષ્ણને પોતાનું સર્વસ્વ સમર્પણ કરીને, શ્રીમદનગોપાલને સર્વસ્વ માનીને પ્રેમરુપી દોરીથી બાંધી લીધા છે. અત્યાર સુધી મેં જ્ઞાન, કર્મ અને યોગ માર્ગ પર ચાલવાનો જે પરિશ્રમ કર્યો છે તે વૃથા ગયો છે. ગોપીજનો તો મારા ગુરુ બની ગયા છે.

શ્રી મહાપ્રભુજીએ સ્પષ્ટ રીતે સમજાવ્યું છે કે **"પ્રભુના વિરહની આર્તિ એજ પુષ્ટિમાર્ગનું ફળ છે."**

પ્રભુ કૃપાથી જેમ ગોપીજનોને ભગવાને ઉદ્ધવજી દ્વારા વિરહ - આર્તિના ભાવનું પોષણ કરાવ્યું, તેમ વૈષ્ણવોને પ્રભુ કૃપાથી ભગવદીયો અને તાદશી વૈષ્ણવોના સંગથી વિરહ - આર્તિના ભાવનું દાન પ્રભુ કરશે.

દાસાનું દાસી - નયનાના
"જય શ્રી કૃષ્ણ"

શ્રી હરિરાયજીએ ભાવના પોષણ માટે નીચે પ્રમાણે સાધનો બતાવ્યા છે.

૧) વૈષ્ણવે બને ત્યાં સુધી પ્રભુની સન્મુખ રહેવું.

૨) વૈષ્ણવે પ્રભુની કૃપા મેળવવા સતત પ્રયત્ન કરવો.

૩) વૈષ્ણવે પ્રભુનું પ્રસાદી અન્ન ભોજનમાં લેવું.

૪) વૈષ્ણવે પ્રભુની સેવા અચૂક કરવી.

૫) વૈષ્ણવે નિત્ય પ્રભુની કૃતિને આધિન રહીને આચરણ કરવું.

૬) વૈષ્ણવે ભગવાનની વાણીમાં વિશ્વાસ રાખવો.

૭) વૈષ્ણવે પ્રભુ પ્રત્યેના ભાવનું ભાવન કરવું.

૮) વૈષ્ણવે આજીવિકા માટે શકય હોય ત્યાં સુધી પોતે પ્રયત્ન ન કરવો. અવ્યાવૃત્તિ આવશ્યક છે.

૯) વૈષ્ણવે ભગવદ્ આવેશવાળા ભગવદીયોનો ઉપદેશ સાંભળવો.

૧૦) વૈષ્ણવે મનમાં રહેલી લૌકિક અને વૈદિક વાતોને ખાલી કરી નાખવી.

૧૧) વૈષ્ણવે ધર્મિસ્વરૂપમાં (પૂર્ણપુરુષોત્તમમાં) મન એકાગ્ર રાખવું.

૧૨) વૈષ્ણવે ભગવાનની લીલાઓનો સતત વિચાર કરવો.

૧૩) વૈષ્ણવે હંમેશા નિવેદન મંત્રનું સ્મરણ ભગવદીયોના સંગમાં રહી કરવું.

૧૪) વૈષ્ણવે તાદૃશી ભગવદીયોનો સમાગમ કરવો.

૧૫) વૈષ્ણવે ફલાર્તિ પ્રાપ્ત કરવા પ્રયત્ન કરવો.

૧૬) વૈષ્ણવે જગતની સર્વ વસ્તુઓ પ્રભુ આગળ તુચ્છ છે. એમ માનવું.

૧૭) વૈષ્ણવે પ્રભુના દર્શન માટે અતિશય આર્તિ રાખવી.

૧૮) વૈષ્ણવને હૃદયમાં પ્રભુમિલનનો તાપ પ્રગટ થવો જોઈએ અને એ તાપનું વૈષ્ણવે ભાવન કરવું જોઈએ.

૧૯) વૈષ્ણવે આસકિત રહિત સંસારના કાર્યો કરવાં.

૨૦) વૈષ્ણવે શ્રીઠાકોરજીના વિરહની સ્ફૂર્તિ કરવી.

૨૧) વૈષ્ણવે ભગવાન માટે ભોગનો ત્યાગ કરવો અને સર્વે ઇન્દ્રિયો પ્રભુ તરફ વાળવી.

૨૨) વૈષ્ણવને પ્રભુ મિલનના અભાવનું એટલે કે હજારો વર્ષોથી વિખૂટા પડયાનું દુ:ખ થવું જોઈએ.

૨૩) વૈષ્ણવે લૌકિક-વૈદિક કાર્ય કરવામાં – વ્યવહારમાં ઉદાસિનતા પૂર્વક રહેવું.

૨૪) વૈષ્ણવે સતત-પ્રતિપળ સેવાના વિચારોમાં જ ચિત્તને ગૂંથાયેલું રાખવું જોઈએ.

૨૫) વૈષ્ણવે પ્રભુ રાખે તેમ રહેવું. સર્વ વસ્તુ પ્રભુને આધીન છે તેવી ભાવના રાખવી.

૨૬) વૈષ્ણવે પ્રભુએ કરેલી લીલાઓનું અનુંસંધાન નિત્ય કરતા રહેવું.

૨૭) વૈષ્ણવના દોષોની નિવૃત્તિ થતા તેના ભગવદ્ ભાવનું પોષણ થાય છે.

૨૮) વૈષ્ણવે ભગવાન કૃષ્ણની તનુ - વિત્તજા સેવા સાવધાની અને ભાવપૂર્વક કરવી.

૨૯) વૈષ્ણવે શ્રીસ્વામિનીજી પ્રસન્ન થાય તેવા ભાવનું આચરણ કરવું.

૩૦) વૈષ્ણવે સેવકપણાની અને દાસપણાની ભાવનાનું ભાવન કરવું.

૩૧) વૈષ્ણવે મનમાં અહંકારનો ભાવ દૂર કરી પોતાનામાં દીનતાની ભાવના કેળવવી.

૩૨) વૈષ્ણવે શ્રીમહાપ્રભુજીના ચરણ કમળોનો દઢ આશ્રય કરવો.

૩૩) વૈષ્ણવે ભગવાન સિવાયની બીજી બાબતો તરફ વૈરાગ્ય રાખવો.

૩૪) વૈષ્ણવે ભાવના પોષણ માટે પ્રભુપરાયણ બુધ્ધિ રાખવી.

૩૫) વૈષ્ણવે ભગવાનમાં દઢ વિશ્વાસ રાખવો.

૩૬) વૈષ્ણવે હંમેશા ભગવાનના ગુણોનું ગાન કરવું.

૩૭) વૈષ્ણવે પ્રાણના ભોગે પણ ભગવદીયની ટહેલ કરવી.

૩૮) વૈષ્ણવે તાદશી-ભગવદીયો જે કહે તે પ્રમાણે કરવું.

૩૯) વૈષ્ણવે અવૈષ્ણવનો પરિ એટલે સંપૂર્ણ ત્યાગ કરવો.

૪૦) વૈષ્ણવે અનન્ય ભગવદીયોનો જ સંગ કરવો.

૪૧) વૈષ્ણવે ભગવદીયના ઉત્કર્ષનો વિચાર કરવો.

૪૨) વૈષ્ણવે ભગવદીય સિવાયના જીવોમાં અલ્પતા છે એવી બુદ્ધિ રાખવી.

૪૩) વૈષ્ણવે ભગવાનના ભાવપૂર્વક નિત્ય ગુણગાન સાંભળવા અને કીર્તનો કરવા.

૪૪) ભગવાન કૃપા કરે અને વૈષ્ણવનું ભાગ્ય હોય તો તેના ભાવ સિધ્ધ થાય.

૪૫) વૈષ્ણવે પ્રભુની જુદી જુદી લીલાઓની વિરહ અવસ્થામાં - અટેલે કે અનોસરમાં સ્મૃતિ કરવી.

આ રીતે વારંવાર પ્રયત્ન કરવાથી, વાગોળવાથી, પ્રભુ કૃપાથી અને વૈષ્ણવના ભાગ્યથી જરૂર વૈષ્ણવના ભાવનું પોષણ થશે. અને થાય એજ પ્રાર્થના સહ.

કૃષ્ણદાસી - નયનાના
"જયશ્રી કૃષ્ણ"

9 789358 832051